ജന്തുശാസ്ത്രം

ഒരു കൈപ്പുസ്തകം

janthusasthram
oru kaippusthakam

•

balakrishnan cherooppa

•

first edition
september 2009
•
second edition
december 2010

•

typesetting
megha
•
published
chintha publishers, thiruvananthapuram

•

printed
geethanjali offset prints, kozhikode

•

cover
ambeesh kumar

വിതരണം
ദേശാഭിമാനി ബുക്ക് ഹൗസ്
H O തിരുവനന്തപുരം-695 001

ബ്രാഞ്ചുകൾ
ഓവർബ്രിഡ്ജ് തിരുവനന്തപുരം • കെ എസ് ആർ ടി സി ബസ് സ്റ്റേഷൻ ആലപ്പുഴ • കെ എസ് ആർ ടി സി ബസ് സ്റ്റേഷൻ എറണാകുളം • കലൂർ കൊച്ചി • ഐ ജി റോഡ് കോഴിക്കോട് • മാവൂർ റോഡ് കോഴിക്കോട് • എൻ ജി ഒ യൂണിയൻ ബിൽഡിങ് കണ്ണൂർ • സെൻട്രൽ ബസ് ടെർമിനൽ കോംപ്ലക്സ് താവക്കര കണ്ണൂർ • മച്ചിങ്ങൽ ലെയ്ൻ തൃശൂർ

CR - VV.52 / 1036 / 2569

ജന്തുശാസ്ത്രം

ഒരു കൈപ്പുസ്തകം

ബാലകൃഷ്ണൻ ചെറൂപ്പ

ചിന്ത പബ്ലിഷേഴ്സ്
തിരുവനന്തപുരം-695 001
വില: ₹ 70

ബാലകൃഷ്ണൻ ചെറൂപ്പ

കോഴിക്കോട് ജില്ലയിലെ ചെറൂപ്പ സ്വദേശി. ജന്തുശാസ്ത്രത്തിൽ എം എസ് സി, പി എച്ച് ഡി ബിരുദങ്ങൾ. അഞ്ച് ഗവേഷണ പേപ്പറുകൾ പ്രസിദ്ധീകരിച്ചിട്ടുണ്ട്.

വിവിധ ഗവൺമെന്റ് കോളേജുകളിൽ ജന്തുശാസ്ത്ര അധ്യാപകനായും വകുപ്പുതലവനായും പ്രവർത്തിച്ചു. കൽപ്പറ്റ ഗവൺമെന്റ് കോളേജ് പ്രിൻസിപ്പൽ ആയി റിട്ടയർ ചെയ്തു.

ശാസ്ത്രകേരളം മാസികയുടെ മുൻ എഡിറ്റർ.

ഷഡ്പദങ്ങളുടെ ലോകം, അറ്റുപോകുന്ന കണ്ണികൾ, പാരമ്പര്യവും ക്ലോണിങ്ങും, ചിരംജീവി എന്നീ പുസ്തകങ്ങൾ പ്രസിദ്ധീകരിച്ചിട്ടുണ്ട്.

ഭാര്യ : സുലത

മക്കൾ : സ്മിത, സന്ദീപ്

വിലാസം : ചിറ്റൂർവീട്, പോസ്റ്റ് ചെറൂപ്പ
(വഴി) മാവൂർ, കോഴിക്കോട് – 673 661

ഉള്ളടക്കം

1

ജന്തുശാസ്ത്രം - ഒരു ആമുഖം

ഭൂമിയെ ഒരു വലിയ ശൂന്യാകാശ (space) വാഹനമായി വിശേഷിപ്പിക്കാറുണ്ട്. നമ്മളയയ്ക്കുന്ന വാഹനങ്ങളേക്കാൾ പല നിലയ്ക്കും വ്യത്യസ്തമാണ് ഈ വാഹനം. ശ്വസിക്കാൻ വായുവും, കുടിക്കാൻ ജലവും വിശപ്പുമാറ്റാൻ ആഹാരവും ഈ വലിയ വാഹനത്തിലെ സഞ്ചാരികൾക്ക് ഇവിടെത്തന്നെ ലഭിക്കും. സ്പേസിലൂടെ അനേകം ജീവന്റെ രൂപങ്ങളെ വഹിച്ചുകൊണ്ടുള്ള യാത്രയിൽ നമ്മൾക്ക് ദിവസങ്ങളും വർഷങ്ങളും ലഭിക്കുന്നു. ശൂന്യാകാശത്തു നിന്നെടുത്ത ചിത്രങ്ങളിൽ ഭൂമിക്ക് വശ്യമായ നീലനിറമാണ്. മഞ്ഞുമൂടിയ ധ്രുവമേഖലകൾ ഈ ചിത്രങ്ങളിൽ വെളുത്ത് തിളങ്ങുന്നു. വൈവിധ്യമാർന്ന ജീവലോകമാണ് സൗരയൂഥത്തിലെ ഇതര ഗ്രഹങ്ങളിൽ നിന്ന് ഭൂമിയെ വ്യത്യസ്തമാക്കുന്നത്. സൂക്ഷ്മജീവികൾ മുതൽ മനുഷ്യനും വൻമരങ്ങളും വരെയുള്ള ജീവവൈവിധ്യം നമ്മുടെ ഭൂമിയെ അനുഗൃഹീതയാക്കുന്നു. ഇന്നുള്ള അറിവ് വെച്ച് നോക്കിയാൽ ജീവൻ തുടിക്കുന്ന ഏകഗ്രഹം ഭൂമിയാണ്.

ഫോസിൽ

മധ്യസഹാറയിലെ റോക്ക് പെയിന്റിങ് (5000 വർഷം പഴക്കം)

ജീവശാസ്ത്രം എന്ന് തുടങ്ങി എന്നതിന് കൃത്യമായ തെളിവുകളൊന്നുമില്ല. മനുഷ്യവംശത്തിന്റെ പ്രായം ഫോസിലുകളിൽ നിന്ന് കണക്കാക്കിയിട്ടുണ്ട്. ഏകദേശം രണ്ടുലക്ഷത്തോളം വർഷമുള്ള ഈ സ്പീഷിസ് ചരിത്രത്തിന്റെ ആദ്യഭാഗത്തേക്ക് കണ്ണോടിക്കാൻ ചരിത്രപരമായ പരിമിതികൾ ഏറെയുണ്ട്. ആദിമചരിത്രനിർമിതിക്ക് അടിസ്ഥാനമാക്കുന്ന കല്ലിന്റെ ആയുധങ്ങളും ഗുഹാചിത്രങ്ങളും എല്ലാം താരതമ്യേന പുതിയ കാലത്തേതാണ്. മാത്രമല്ല ഇവ ഉപയോഗിച്ചിരുന്നവർക്ക് ജന്തുശാസ്ത്രജ്ഞാനം ഉണ്ടായിരുന്നു എന്ന് ഊഹിക്കാനും പറ്റില്ല. മനുഷ്യന്റെ വളർച്ചയേയും സ്പീഷിസ് എന്ന നിലയിലുള്ള വിജയത്തേയും നിയന്ത്രിച്ചത് അവന്റെ അൽപ്പംകൂടുതൽ വളർന്ന തലച്ചോറാണ്. ആദിമമനുഷ്യന് പ്രകൃതിയെ നന്നായി പഠിക്കാൻ ഇത് തീർച്ചയായും സഹായിച്ചിരിക്കും എന്നൂഹിക്കാം. ചുറ്റുമുള്ള ജന്തുക്കളും സസ്യങ്ങളും പല വിഭാഗങ്ങളായി ഈ ആദിമബുദ്ധിയിൽ പതിഞ്ഞിരിക്കണം. ഭക്ഷണമാക്കാവുന്നവ, പേടിക്കേണ്ട ശത്രുക്കൾ, വിശേഷിച്ചും കുഴപ്പം ഇല്ലാത്തവ എന്നൊക്കെയുള്ള ഒരുതരം പ്രാകൃത വർഗീകരണം. ഇത്തരം ചില അറിവുകൾ ജന്തുക്കൾക്ക് ജന്മസിദ്ധമായി കിട്ടാറുണ്ട്. ഇങ്ങനെ കിട്ടിയ ജന്മവാസനകൾക്കപ്പുറത്തേക്ക് പ്രകൃതിശാസ്ത്ര അറിവുകൾ വികസിപ്പിച്ച ഘട്ടത്തെ ജീവിശാസ്ത്രങ്ങളുടെ തുടക്കമായി പരിഗണിക്കാം. ഈ അറിവുകൾ തലമുറകളിലൂടെ പകർന്നുകൊടുക്കാനുള്ള ആദിമഭാഷാരൂപങ്ങളും ഇതോടൊപ്പം വികസിച്ചിരിക്കണം.

കാർഷികവൃത്തി തുടങ്ങിയ ഘട്ടത്തിൽ മനുഷ്യന്, സസ്യങ്ങളേയും ജന്തുക്കളേയും പറ്റി സാമാന്യം ഉയർന്നതോതിലുള്ള അറിവുണ്ടായിരുന്നു. ഏതാണ്ട് 10,000 വർഷങ്ങൾക്ക് മുൻപാണ് കൃഷി ആരംഭിച്ചതെന്നാണ് ഊഹിക്കപ്പെടുന്നത്. പ്രാചീനഗുഹാമനുഷ്യരുടെ ഫോസിലുകൾക്കൊപ്പം നെല്ലിന്റെയും മറ്റ് ധാന്യങ്ങളുടെയും പരാഗങ്ങൾ ലഭിച്ചത് കൃഷിയുടെ തെളിവായി പരിഗണിക്കപ്പെടുന്നു. അതിനുമുമ്പ് വേട്ടയാടിയും ഭക്ഷണം തേടിപ്പിടിച്ചും കഴിഞ്ഞ കാലത്ത് നേടിയ അറിവുകളാണ് കൃഷി സാധ്യമാക്കിയത്. കൃഷിക്കും കുറേ മുമ്പുതന്നെ ജീവശാസ്ത്രം തുടങ്ങിയിരുന്നു എന്ന കാര്യം ഉറപ്പാണ്.

ശാസ്ത്രം വളരെ വളർന്ന അവസ്ഥയിലും ജീവൻ എന്താണെന്ന ചോദ്യത്തിന് കൃത്യമായ മറുപടിയില്ല. അതേപോലെ വൈറസുകൾ ജീവികളാണോ എന്നതും ഇപ്പോഴും തർക്കവിഷയമാണ്. വൈറസുകളെ ഒഴിവാക്കിയാൽ ബാക്കിയുള്ള ജീവികൾ ചില പൊതുസ്വഭാവങ്ങൾ കാണിക്കുന്നുണ്ട്. ജീവനുള്ളവയും അല്ലാത്തവയും തമ്മിലുള്ള വ്യത്യാസങ്ങളായി എടുത്തുപറയാറുള്ള ഈ പൊതുസ്വഭാവങ്ങൾ താഴെ പറയുന്നവയാണ്.

1. കോശഘടന

ഏറ്റവും ചെറിയ ജീവികളുടെ ശരീരം ഒറ്റകോശം മാത്രമുള്ളതാണ്. ഉയർന്ന ജന്തുക്കളും സസ്യങ്ങളും അനേകം കോശങ്ങളാൽ നിർമിതമാണ്. ഏകകോശജീവികളും രണ്ടുതരം ഘടന കാണിക്കുന്നു. കോശത്തിനകത്തുള്ള അർധദ്രവവസ്തുവിന് പ്രോട്ടോപ്ലാസം എന്നാണ് പറയുന്നത്. ഏറ്റവും ആദിമ ഏകകോശജീവികളിൽ പ്രോട്ടോപ്ലാസത്തിനകത്ത് ന്യൂക്ലിയസ് എന്ന ഭാഗമില്ല. ബാക്റ്റീരിയങ്ങളിലും നീലഹരിത ആൽഗകളിലും ഈ അവസ്ഥയാണുള്ളത്. ഉയർന്ന ഘടനയുള്ള ഏകകോശജീവികളിൽ ജനിതക വസ്തുക്കൾ ന്യൂക്ലിയസ് എന്ന പ്രത്യേക ഭാഗത്തിനകത്ത് സ്ഥിതിചെയ്യുന്നു. മൈറ്റോകോൺഡ്രിയനുകൾ, ഗോൾഗൈ വസ്തുക്കൾ, ലൈസോസോമുകൾ തുടങ്ങി പല ഉപാംഗങ്ങളും (Organelles) കോശത്തിനകത്തുണ്ട്. കോശത്തെ പൊതിയുന്ന സ്തരമാണ് കോശസ്തരം (Plasma membrane) സസ്യകോശങ്ങളിൽ ഇതിന് പുറത്ത് കോശഭിത്തിയുണ്ട്. ഇത്തരം നിയതമായ കോശഘടന ജീവികളുടെ മാത്രം പ്രത്യേകതയാണ്.

2. വളർച്ചയും പ്രത്യുൽപ്പാദനവും

ചുറ്റുപാടിൽ നിന്ന് വസ്തുക്കൾ കോശങ്ങളിലേക്ക് വലിച്ചെടുത്തോ ഭക്ഷണരൂപത്തിൽ അകത്തെടുത്തോ ജീവികൾ വളരുന്നു. ഏകകോശജീവികളിൽ വളർച്ച കോശവളർച്ചയാണ്. ബഹുകോശജീവികളിൽ കോശവളർച്ചയും കോശവിഭജനവും ചേർന്നാണ് വളർച്ചയുണ്ടാവുന്നത്. വളർച്ചയുടെ അവസാനം സമാന ജീവികളെ സൃഷ്ടിക്കാനുള്ള കഴി

വാണ് ജീവലോകത്തിന്റെ തുടർന്നുള്ള നിലനിൽപ്പ് സാധ്യമാക്കുന്നത്. ഇതിനെ പ്രത്യുൽപ്പാദനം എന്ന് പറയുന്നു. പ്രത്യുൽപ്പാദനം ജീവലോകത്തിൽ പല വിധത്തിലാണ് നടക്കുന്നത്. അമീബപോലുള്ള ജീവികളിൽ മാതൃകോശം വിഭജിച്ച് രണ്ട് പുത്രികാകോശങ്ങളായിത്തീരും. ബാക്റ്റിരിയങ്ങളിലും ഇത്തരം വിഭജനം ആണ് നടക്കുന്നത്. പ്രത്യുൽപ്പാദനത്തിന്റെ ഏറ്റവും വികസിച്ച രൂപത്തെ ലൈംഗികപ്രത്യുൽപ്പാദനം എന്ന് പറയും. ഇതിൽ പുരുഷഗാമേറ്റുകളും സ്ത്രീഗാമേറ്റുകളും ഒരേ തരം ജീവികളെയോ വെവ്വേറെ ജീവികളെയോ ഉൽപ്പാദിപ്പിക്കുന്നു. ഈ ഗാമേറ്റുകൾ തമ്മിൽ ചേർന്ന് സിക്താണ്ഡം (Zygote) ഉണ്ടാവും. സിക്താണ്ഡം വളർന്നാണ് പുതിയ ജീവി ഉണ്ടാവുന്നത്. ഏതായാലും പ്രത്യുൽപ്പാദനത്തിലൂടെ ഓരോ ജീവിയും അതിന്റെ ഘടനയും ജീവിതരീതിയും, ശരീര പ്രവർത്തനരീതിയും ഉള്ള അടുത്ത തലമുറയെ സൃഷ്ടിക്കുന്നു.

3. ഊർജം ഉപയോഗപ്പെടുത്തൽ

ഊർജത്തെ നിയന്ത്രിതരീതിയിൽ ഉപയോഗപ്പെടുത്തലാണ് ജീവലോകത്തിന്റെ മറ്റൊരു സവിശേഷത. മനുഷ്യന്റെ കാര്യം തന്നെയെടുക്കാം. ഭക്ഷണത്തിലൂടെയാണ് ശരീരത്തിന് ഊർജവും നിർമാണവസ്തുക്കളും ലഭിക്കുന്നത്. ഊർജം എന്നത് രാസവസ്തുക്കളിലുള്ള രാസഊർജ (chemical energy) രൂപത്തിൽ ലഭിക്കുന്നു. വിഘടനപ്രവർത്തനങ്ങളിലൂടെ രാസഊർജം മോചിപ്പിക്കുന്നു. നിരവധി എൻസൈമുകളുപയോഗിച്ച് നടക്കുന്ന പ്രക്രിയയാണിത്. ശ്വസനം എന്നാണ് ഇതിന് പറയുന്നത്. മിക്ക ജീവികളും ശ്വസനത്തിന് ഓക്സിജൻ ഉപയോഗിച്ച് കാർബൺ ഡയോക്സൈഡ് പുറത്തുവിടുന്നു. ശ്വസനസമയത്ത് പുറത്തുവരുന്ന ഹൈഡ്രജൻ ആറ്റങ്ങളെ സ്വീകരിച്ച് ജലമാക്കുകയാണ് ഓക്സിജൻ ചെയ്യുന്നത്. ശ്വസനസമയത്ത് മോചിതമാവുന്ന രാസഊർജം ATP എന്ന തന്മാത്രയുടെ രൂപത്തിൽ ശേഖരിക്കപ്പെടും. ഈ ATP വിഘടിച്ച് ADP യും ഫോസ്ഫേറ്റും ആകുമ്പോൾ രാസഊർജം മോചിതമാവും. ഇതുപയോഗിച്ചാണ് ശരീരപ്രവർത്തനങ്ങൾ നടത്തുന്നത്. ശരീരത്തിലെ നിർമാണ പ്രവർത്തനങ്ങളും വിഘടന പ്രവർത്തനങ്ങളും ചേരുന്നതിനെ 'മെറ്റബോളിസം' അല്ലെങ്കിൽ ഉപാപചയം എന്ന് പറയും. പലവിധ രാസവസ്തുക്കളുടെ നിർമാണവും വിഘടനവും ജീവനുള്ള ശരീരത്തിനകത്ത് എപ്പോഴും നടന്നുകൊണ്ടിരിക്കും. ഉറങ്ങുമ്പോൾ പോലും ഉപാപചയം നടക്കുന്നുണ്ട്. ശ്വസനത്തിന്റെ കാര്യത്തിൽ സസ്യങ്ങളും ജന്തുക്കളും തമ്മിൽ സാമ്യമുണ്ട്. പക്ഷേ പ്രകാശസംശ്ലേഷണത്തിനുള്ള കഴിവ് സസ്യങ്ങളെ വ്യത്യസ്തമാക്കുന്നു. സൂര്യനിൽ നിന്ന് ലഭിക്കുന്ന ഊർജത്തെ രാസഊർജമാക്കി മാറ്റി കാർബോഹൈഡ്രേറ്റുകൾ ഉണ്ടാക്കുന്ന ഈ പ്രക്രിയയ്ക്ക് ജലവും കാർബൺഡയോക്സൈഡും ആവശ്യമാണ്. ക്ലോറോപ്ലാസ്റ്റുകളിലാണ് ഈ ഭക്ഷണനിർമാണം നടക്കുന്നത്. സസ്യ

ശരീരങ്ങളിൽ ശേഖരിക്കുന്ന ഈ ഊർജത്തെ നേരിട്ടോ അല്ലാതെയോ (സസ്യഭോജികളെ ആഹരിച്ച്) ആശ്രയിച്ചാണ് ജന്തുക്കളുടെ മെറ്റബോളിസം നടക്കുന്നത്.

4. പരിസ്ഥിതികളോടുള്ള അനുകൂലനവും പരിണാമവും

ജീവികൾക്ക് ചുറ്റുപാടുമുള്ള പ്രകൃതി മാറ്റത്തിന് വിധേയമാണ്. ഈ മാറ്റത്തിന് അനുകൂലനം നേടാനുള്ള കഴിവ് ജീവിവർഗങ്ങൾക്കുണ്ട്. ഓരോ കാലാവസ്ഥാമേഖലയ്ക്കും പറ്റിയ തരത്തിൽ അനുകൂലനം നേടിയ ജന്തുക്കളും സസ്യങ്ങളും രൂപപ്പെട്ടത് ഈ അനുകൂലന ശേഷി കൊണ്ടാണ്. ഏറ്റവും വിഷമമേറിയ ആവാസസ്ഥലങ്ങളിൽ പോലും (ഉദാ: മരുഭൂമി) ജീവിക്കാൻ കഴിയുന്ന ജന്തുവർഗങ്ങളും സസ്യങ്ങളുമുണ്ട്. ഭൂമിയുടെ ചരിത്രത്തിൽ പല ഘട്ടങ്ങളിലും കാലാവസ്ഥാ മാറ്റങ്ങളുണ്ടായി. കുറേ ജീവിവർഗങ്ങൾ നശിച്ചുപോയെങ്കിലും അധികവും അനുകൂലനശേഷികൊണ്ട് മാറിയ കാലാവസ്ഥകളിലും അതിജീവിക്കുകയാണുണ്ടായത്.

അനുകൂലനശേഷിയോടൊപ്പം സാവധാനം പരിണമിക്കാനും ജീവികൾക്ക് കഴിവുണ്ട്. മ്യൂട്ടേഷൻ, ജീൻ പുനർക്രമീകരണം എന്നിവ വഴി ഉണ്ടാവുന്ന മാറ്റങ്ങളിൽ നിന്ന് പ്രകൃതി ഏറ്റവും അനുകൂല സ്വഭാവങ്ങളെ തെരഞ്ഞെടുക്കും. നിലനിൽക്കാൻ വേണ്ടതിലും അധികം സന്തതികളെ ഓരോ ജീവിവർഗവും ഉൽപ്പാദിപ്പിക്കും. ഇതിൽ അർഹതയുള്ളത് അതിജീവിക്കുന്ന പ്രക്രിയയാണ് പ്രകൃതിനിർധാരണം. മറ്റു പല ഘടകങ്ങളും പരിണാമത്തെ സ്വാധീനിക്കും. പുതിയ സ്പീഷിസുകൾക്ക് ജന്മം നൽകാനുള്ള കഴിവും ജീവലോകത്തിന്റെ പ്രത്യേകതയായി എടുക്കാം. ജന്തുക്കൾ, സസ്യങ്ങൾ എന്നിങ്ങനെ രണ്ടായിട്ടാണ് ജന്തുലോകത്തെ പൊതുവിൽ വിഭജിച്ചുപോന്നത്. ഈ വർഗീകരണത്തിന് പല പോരായ്മകളുമുണ്ട്. ഉദാഹരണമായി ഒറ്റകോശമുള്ള യൂഗ്ലീന എന്ന ജീവിയെ ജന്തുവർഗത്തിലും സസ്യവർഗത്തിലും ഉൾപ്പെടുത്തേണ്ടിവരും. അതുപോലെ സസ്യങ്ങളുടെ സ്വഭാവമില്ലാത്ത ഫംഗസുകളെ സസ്യലോകത്തിലാണ് ഉൾപ്പെടുത്തുന്നത്. അതുകൊണ്ട് ജീവലോകത്തെ അഞ്ച് സാമ്രാജ്യങ്ങളായി വിഭജിക്കുന്ന വർഗീകരണമാണ് ഇന്ന് എല്ലാവരും അംഗീകരിക്കുന്നത് (ഇത് അധ്യായം 3 ൽ വിവരിക്കുന്നതാണ്).

ജന്തുശാസ്ത്രത്തിന്റെ എല്ലാ മേഖലകളേയും പരിചയപ്പെടുത്താൻ ഈ പുസ്തകത്തിൽ ശ്രമിച്ചിട്ടില്ല. പ്രാചീനഗ്രീക്കുകാരിൽ തുടങ്ങുന്ന ലഭ്യമായ ചരിത്രം പരിശോധിച്ച് ജന്തുശാസ്ത്രത്തിന്റെ വളർച്ചയേയും ഇന്നുള്ള ജീവിവർഗങ്ങളേയും പറ്റി സാമാന്യമായി പരാമർശിച്ചിട്ടുണ്ട്. അതേസമയം ഇന്ന് ഏറ്റവുമധികം ചർച്ചചെയ്യപ്പെടുന്ന ജനിതക ഗവേഷണങ്ങളെപ്പറ്റി വിശദമാക്കാൻ കുറെപ്പേജുകൾ മാറ്റിവെച്ചിട്ടുണ്ട്. പരിസരമലിനീകരണം, ജൈവവൈവിധ്യം, പരിണാമം തുടങ്ങിയ വിഷയ

ങ്ങൾ ജന്തുശാസ്ത്രത്തിന്റെ പരിമിതിക്ക് പുറത്ത്കടന്ന പൊതുചർച്ചാ വിഷയങ്ങളാണ്. ഇവയെപ്പറ്റി സാമാന്യം ദീർഘമായി വിവരിച്ചത് ഈ പുസ്തകത്തിന്റെ പൊതുസ്വഭാവം കൂടി പരിഗണിച്ചാണ്.

കൃഷി –വേദങ്ങളിലും ആദിമ പെയിന്റിങ്ങുകളിലും

ഏറ്റവും പഴയവേദമായ *ഋഗ്വേദ*ത്തിൽ കൃഷിയെപ്പറ്റി ധാരാളം പരാമർശങ്ങളുണ്ട്. "കലപ്പ ഞങ്ങളുടെ ഭൂമിയെ സന്തോഷപൂർവം ഉഴട്ടെ. കലപ്പ കാളകളോടൊപ്പം സന്തോഷപൂർവം സഞ്ചരിക്കട്ടെ. പർജന്യൻ (മഴ) സന്തോഷത്തോടെ മധുരപ്രവാഹം കൊണ്ട് ഭൂമിയെ നനയ്ക്കട്ടെ. ഞങ്ങൾക്കൈശ്വര്യം നൽകുക'' എന്നർഥം വരുന്ന പ്രാർഥനാശ്ലോകം ഉദാഹരണം.
1600 ബി സി കാലത്തെ ഈജിപ്തിലെ ശവകുടീരത്തിലെ പെയിന്റിങ്ങിലും കലപ്പയുടെ ആദ്യ രൂപം കാണാം.

ഈജിപ്തിലെ ശവകുടീരത്തിലെ പെയിന്റിങ് (ബി സി 1600)

2

ജന്തുശാസ്ത്രത്തിന്റെ വളർച്ചയും പഠനശാഖകളും

വിജ്ഞാനം വളരുന്നത് തലകീഴായി പിടിച്ച പിരമിഡിന്റെ രൂപത്തിലാണെന്ന് പറയാറുണ്ട്. ഓരോ തലമുറയും മുൻതലമുറയുടെ അറിവുകളുടെ അസ്ഥിവാരത്തിൽ സ്വന്തം നേട്ടങ്ങൾ പടുത്തുയർത്തുന്നു. ഇതാകട്ടെ അടുത്ത തലമുറയ്ക്ക് കൂടുതൽ വികസിച്ച അസ്ഥിവാരമായിത്തീരുന്നു. പലപ്പോഴും വിവരങ്ങൾ പൊളിച്ചുമാറ്റേണ്ടിവരാറുണ്ട്. ചില തെറ്റിദ്ധാരണകൾ നൂറ്റാണ്ടുകളോളം നിലനിന്ന അനുഭവവും ശാസ്ത്രത്തിലുണ്ട്. ഉദാഹരണമായി നിർജീവ വസ്തുക്കളിൽ നിന്ന് ജന്തുക്കൾ ഉണ്ടാവും എന്ന പുരാതന ഗ്രീക്കുകാരുടെ വിശ്വാസം അരിസ്റ്റോട്ടിൽ ശരിവെക്കുകയും അത് നൂറ്റാണ്ടുകളോളം നിലനിൽക്കുകയും ചെയ്തു. 18–ാം നൂറ്റാണ്ടിൽ ലൂയി പാസ്ചറും മറ്റും നടത്തിയ പ്രഖ്യാത പരീക്ഷണങ്ങളിലൂടെയാണ് ഈ സിദ്ധാന്തം കടപുഴകി വീണത്. ആദിമസമൂഹങ്ങളിൽ തുടങ്ങിയ മന്ത്രവാദം തുടങ്ങിയ ആചാരങ്ങൾ ഇന്നും നിലനിൽക്കുന്നത് മറ്റൊരു ഉദാഹരണമാണ്. മതഗ്രന്ഥങ്ങളിലെ സൃഷ്ടിവാദം സത്യമാണെന്ന് വിശ്വസിക്കുന്നവർ ഇന്നും ധാരാളമുണ്ടല്ലോ.

ജീവശാസ്ത്രത്തിന്റെ വികാസം പഠനസൗകര്യാർഥം മൂന്ന് ഘട്ടങ്ങളായി തരം തിരിച്ച് പരിശോധിക്കാം.

1. ഗ്രീക്ക് ചിന്തകർ മുതൽ 19 –ാം നൂറ്റാണ്ട് വരെ

ഗ്രീക്ക് ചിന്തകനായ അരിസ്റ്റോട്ടിൽ (ബി സി 384–322) ജീവശാസ്ത്ര പഠനങ്ങൾക്ക് ശാസ്ത്രീയമായ തുടക്കം കുറിച്ചു. അതിനുമുമ്പുണ്ടായ വിജ്ഞാനശാഖകളെ സ്വന്തം സംഭാവനകൾ ചേർത്ത് വികസിപ്പിച്ച അരി

അരിസ്റ്റോട്ടിൽ

സ്റ്റോട്ടിൽ ജീവശാസ്ത്രത്തിന് പുറമെ ദർശനം, സാഹിത്യം എന്നിവയിലും നിപുണനായിരുന്നു. ജീവശാസ്ത്രത്തിലെ വ്യത്യസ്ത മേഖലകളെ അദ്ദേഹം വിപുലപ്പെടുത്തി. *ഹിസ്റ്റോറി ആനിമാലിയം (Historic Animalium) ഡിപാർട്ടിബസ് ആനിമാലിയം (De partibus Animalium)* തുടങ്ങി നിരവധി ഗ്രന്ഥങ്ങളിൽ അരിസ്റ്റോട്ടിലിന്റെ ജന്തുശാസ്ത്രപഠനങ്ങൾ ക്രോഡീകരിക്കപ്പെട്ടിട്ടുണ്ട്. ജന്തുക്കളെ ശാസ്ത്രീയമായി വർഗീകരിക്കുന്നതിലും അദ്ദേഹം ശ്രദ്ധിച്ചു. ജന്തുലോകത്തെ നട്ടെല്ലുള്ളവയെന്നും നട്ടെല്ലില്ലാത്തവയെന്നും അദ്ദേഹം തിരിച്ചു. നട്ടെല്ലുള്ളവയെ മുട്ടയിടുന്നവയെന്നും പ്രസവിക്കുന്നവയെന്നും വീണ്ടും തിരിച്ചു. ജീവികളുടെ അനാട്ടമി, ഫിസിയോളജി, ഭ്രൂണവളർച്ച എന്നിവയെല്ലാം അരിസ്റ്റോട്ടിൽ പഠനവിധേയമാക്കി. 'ജീവശാസ്ത്രത്തിന്റെ പിതാവ്' എന്ന് അരിസ്റ്റോട്ടിലിനെ വിശേഷിപ്പിക്കാറുണ്ട്.

വൈദ്യശാസ്ത്രത്തിന്റെ പിതാവായ ഹിപ്പോക്രാറ്റിസ് (ബി സി 460 –377) ജീവിച്ചിരുന്നത് അരിസ്റ്റോട്ടിലിനും മുമ്പാണ്. ബി സി 440ൽ തന്നെ ചികിൽസാ സമ്പ്രദായങ്ങൾ ആരംഭിച്ചിരുന്നു.

ക്രിസ്തുവർഷത്തിന്റെ ആദ്യനൂറ്റാണ്ടിൽ ജീവിച്ചിരുന്ന പ്ലീനി (എ ഡി 23–79) മൗലികമായ സംഭാവനകളൊന്നും നൽകിയില്ലെങ്കിലും അന്നേ വരെയുള്ള അറിവ് *നാച്ചുറൽ ഹിസ്റ്ററി* എന്ന എൻസൈക്ലോപീഡിയയിൽ സംഗ്രഹിച്ചു. ലോകത്തിലെ ആദ്യത്തെ എൻസൈക്ലോപീഡിയ ഇതാണ്. മധ്യകാലഘട്ടം വരെ ഇത് ആധികാരിക ഗ്രന്ഥമായി തുടർന്നു. 37 പുസ്തകങ്ങളുൾക്കൊള്ളുന്ന ഇതിന്റെ vii മുതൽ xi വരെ ഭാഗങ്ങളിൽ മനുഷ്യൻ, സസ്തനികൾ, ഉരഗങ്ങൾ, പക്ഷികൾ, ഷഡ്പദങ്ങൾ എന്നിവയുടെ വിവരണങ്ങളുണ്ട്. തുടർന്നുള്ള സസ്യശാസ്ത്രഗ്രന്ഥങ്ങളിൽ അന്നുള്ള കൃഷിരീതികൾ, തോട്ടങ്ങൾ എന്നിവയുടെ വിവരണമുണ്ട്. ശാസ്ത്രീയ വിവരങ്ങൾ

പ്ലീനി

ക്കൊപ്പം സാങ്കൽപ്പിക കഥകളും ചേർന്നതാണ് പ്ലീനിയുടെ വിവരണങ്ങൾ.

അരിസ്റ്റോട്ടിലിന്ശേഷം നവോത്ഥാനകാലം വരെ ജന്തുശാസ്ത്രത്തിന് കാര്യമായ പുരോഗതി ഉണ്ടായില്ല. ഹൃദയം ഒരു പമ്പിനെപ്പോലെ പ്രവർത്തിക്കുന്നുവെന്നും രക്തം ശരീരത്തിലൂടെ സഞ്ചരിക്കുന്നു എന്നും ആദ്യം കണ്ടെത്തിയത് വില്യം ഹാർവി (1578–1657) എന്ന ബ്രിട്ടീഷ് ഭിഷഗ്വരനാണ്. ഇത്രയും സുപ്രധാനമായ കണ്ടെത്തൽ ഇത്രയും വൈകിയാണ് സംഭവിച്ചത് എന്നതിൽ അത്ഭുതം തോന്നും. ഈ അറിവാണ് ഫിസിയോളജി എന്ന ശാസ്ത്രശാഖയ്ക്ക് തുടക്കം കുറിച്ചത് എന്ന് പറയാം.

വില്യം ഹാർവി

ജീവശാസ്ത്രത്തിന്റെ ചരിത്ര സഞ്ചാരത്തിൽ ഇനി കാണുന്ന പ്രധാന സംഭാവന കാൾ ലിന്നേസി (1707–1778) ന്റേതാണ്. ജന്തുക്കളെയും സസ്യങ്ങളെയും വർഗീകരിക്കുന്നതിലും ശാസ്ത്രനാമങ്ങൾ നൽകുന്നതിലും അദ്ദേഹത്തിന്റെ സംഭാവനകൾ വളരെ വലുതാണ്. രണ്ടു പേരുകളുപയോഗിച്ച് ജന്തുക്കളേയും സസ്യങ്ങളേയും പേരിടുന്ന 'ദ്വിനാമപദ്ധതി' ലിന്നേസിന്റെ സംഭാവനയാണ്. *സിസ്റ്റമ നാചറേ (Systema Naturae)* എന്ന ഗ്രന്ഥം 1735 ൽ പ്രസിദ്ധീകരിച്ചു. ആധുനിക വർഗീകരണരീതിയുടെ പിതാവ് എന്ന് ലിന്നേസിനെ വിശേഷിപ്പിക്കാറുണ്ട്. പ്രധാനമായും സസ്യശാസ്ത്ര ഗവേഷണങ്ങളിലായിരുന്നു ലിന്നേസിന്റെ സംഭാവന. 9 സസ്യശാസ്ത്രഗ്രന്ഥങ്ങൾ അദ്ദേഹത്തിന്റേതായിട്ടുണ്ട്. മനുഷ്യന് 'ഹോമോ സാപ്പിയൻസ്' എന്ന ശാസ്ത്രനാമം കൊടുത്തത് ലിന്നേസാണ്.

കാൾ ലിന്നേസ്

ലിന്നേസിന്റെ സമകാലീനനായിരുന്ന ബഫൺ (1707–1788) ജന്തുശാസ്ത്രത്തിന് വിലപ്പെട്ട സംഭാവനകൾ നൽകിയ ഫ്രഞ്ച് ശാസ്ത്രജ്ഞനാണ്. മനുഷ്യനും മനുഷ്യക്കുരങ്ങുകളും തമ്മിലുള്ള സാദൃശ്യം കണക്കിലെടുത്ത് രണ്ടിനും പൊതു പൂർവികനുണ്ടാവാനുള്ള സാധ്യത ഉണ്ടെന്നദ്ദേഹം സൂചിപ്പിച്ചു. വ്യത്യസ്ത സ്ഥലങ്ങളിലേക്ക് ഉത്ഭവസ്ഥലത്തുനിന്ന് ജീവികൾ വ്യാപിക്കുന്നതിനെ കാലാവസ്ഥാ നിയന്ത്രിക്കുന്നതായി അദ്ദേഹം കണ്ടെത്തി. ഡാർവിൻ തന്റെ പ്രശസ്തഗ്രന്ഥത്തിൽ

ബഫണിന്റെ നിരീക്ഷണങ്ങൾ ഉദ്ധരിക്കുന്നുണ്ട്. 36 വാല്യങ്ങളുള്ള *ഹിസ്റ്റോറി നാച്ചുറലെ (Historic Naturelle)* ആണ് പ്രശസ്ത കൃതി. അക്കാലംവരെയുള്ള പ്രകൃതിശാസ്ത്ര സംബന്ധമായ അറിവുകൾ ബഫൺ ഇതിൽ ക്രോഡീകരിച്ചു.

2. ജന്തുശാസ്ത്രം 19 –ാം നൂറ്റാണ്ടിൽ

കോശശാസ്ത്രം, പരിണാമം, ഭ്രൂണവിജ്ഞാനം എന്നീ ശാഖകളിൽ വൻവികാസമുണ്ടായത് 19 –ാം നൂറ്റാണ്ടിലാണ്. ജോർജ് കുവിയർ (1760 –1832) ഫോസിൽ ആനകളെപ്പറ്റി ആധികാരികമായി പഠിച്ച് പഠനഫലങ്ങൾ പ്രസിദ്ധീകരിച്ചു. ഫോസിൽ പഠനങ്ങളുടെ അടിസ്ഥാനത്തിൽ ജീവികൾക്ക് വംശനാശം വരും എന്നദ്ദേഹം സ്ഥാപിച്ചു. മത്സ്യങ്ങളുടെ അനാട്ടമി, വർഗീകരണം എന്നീ ശാഖകളിലും കുവിയർ സംഭാവന നൽകി. പ്രത്യേക സൃഷ്ടി വാദത്തിൽ വിശ്വസിച്ചിരുന്ന കുവിയർ 'കാറ്റക്ലിസം' എന്ന സിദ്ധാന്തത്തിനും രൂപം നൽകി. വൻദുരന്തത്തിലൂടെ ജീവികൾ ഒന്നടങ്കം നശിക്കും എന്നായിരുന്നു കുവിയർ കരുതിയത്. ഇതിനുമുമ്പ് പ്രസിദ്ധീകരിച്ചിരുന്ന ലാ മാർക്കിന്റെ സിദ്ധാന്തത്തെ കുവിയർ നഖശിഖാന്തം എതിർത്തു.

റോബർട്ട് ഹുക്ക് 1665 ൽ തന്നെ കോശങ്ങളെ കണ്ടെത്തിയിരുന്നെങ്കിലും കോശപഠനങ്ങളിൽ പത്തൊമ്പതാം നൂറ്റാണ്ടുവരെ കാര്യമായ മുന്നേറ്റം ഉണ്ടായില്ല. 1831 ൽ റോബർട്ട് ബ്രൗൺ ന്യൂക്ലിയസ് കണ്ടെത്തി. 1838–39 കാലത്ത് ജർമൻ ശാസ്ത്രജ്ഞനായ ഷ്ളെയ്ഡനും ഷ്വാനും ചേർന്ന് കോശസിദ്ധാന്തം ആവിഷ്കരിച്ചു. തുടർന്ന് കോശവിഭജനം, ക്രോമസോമുകളുടെ ഘടന, ഗാമേറ്റുകളുടെ സംയോജനം ഇവയെപ്പറ്റിയുള്ള ശാസ്തീയമായ അറിവുകൾ ലഭിച്ചു.

വൈദ്യശാസ്ത്രത്തിലും ഫിസിയോളജിയിലും വൻ സംഭാവനകൾ നൽകിയ ശാസ്ത്രജ്ഞനാണ് ഫ്രഞ്ചുകാരനായ ക്ലോഡ് ബർണാഡ് (1813–1878). പഞ്ചസാര നിർമിക്കുന്നതിൽ കരളിന്റെ ധർമം കണ്ടെത്തിയതും ദഹനത്തിൽ പാൻക്രിയാസിന്റെ പങ്ക് വിശദീകരിച്ചതും ഇദ്ദേഹമാണ്. ആന്തരിക സന്തുലനം (homeostasis) എന്ന ഫിസിയോളജി തത്വത്തിന്റെ പേരിലാണ് അദ്ദേഹം അറിയപ്പെടുന്നത്. പരീക്ഷണങ്ങളിൽ തെളിയിക്കപ്പെട്ട അറിവിൽ മാത്രം വിശ്വസിച്ച അദ്ദേഹം പിൽക്കാല ഗവേഷകർക്ക് മാർഗദർശിയായി.

വില്യം ബോമോണ്ടിന്റെ പഠനങ്ങൾ ദഹനപ്രക്രിയയെപ്പറ്റി കൂടുതൽ വിവരങ്ങൾ നൽകി. ഉദരഭാഗത്ത് വെടിയേറ്റ് കുടലിൽ ദ്വാരം വീണ യുവാവിലായിരുന്നു പഠനം.

ജിവശാസ്ത്രത്തിൽ ചിന്താപരമായ വിപ്ലവമായി കണക്കാക്കുന്നത് ചാൾസ് ഡാർവിന്റെ (1809–1882) *സ്പീഷിസുകളുടെ ഉൽപ്പത്തി* (origin of species) യുടെ പ്രസിദ്ധീകരണമാണ്. 1859 ലാണ് ഇത് പ്രസിദ്ധീകരിച്ചത്. ബീഗിൾ എന്ന കപ്പലിൽ ലോകം ചുറ്റി ഭൂപരമായ പ്രത്യേകതകളും,

ജീവിവിതരണ പാറ്റേണുകളും ഗാലൊപ്പാഗോസ് ദ്വീപിലെ സവിശേഷതകളും എല്ലാം നേരിൽക്കണ്ടശേഷമാണ് ഡാർവിൻ പ്രകൃതി നിർധാരണം എന്ന സിദ്ധാന്തത്തിൽ എത്തിച്ചേർന്നത്. വാലസ് എന്ന ശാസ്ത്രജ്ഞനും ഈ സിദ്ധാന്തത്തിന്റെ ആവിഷ്കാരത്തിൽ പങ്കാളിയായി. 2009 ൽ ഡാർവിന്റെ 200–ാം ജന്മവാർഷികവും 'ഉൽപ്പത്തി'യുടെ 150–ാം വാർഷികവും ഒന്നിച്ചുവരുന്നു. മതമേധാവികൾ പരിണാമസിദ്ധാന്തത്തിനെതിരായി അഴിച്ചുവിടുന്ന പ്രചരണം പുതിയ രൂപത്തിൽ ഇന്നും തുടരുകയാണ്.

മെൻഡലിന്റെ പരീക്ഷണങ്ങൾ 1865 ൽ തന്നെ പുറത്തുവന്നെങ്കിലും ശാസ്ത്രലോകം അത് തീരെ ശ്രദ്ധിച്ചില്ല. കാൾ ബോൺ ബയററുടെ (1792–1876) പഠനങ്ങൾ പുറത്തുവന്നതോടെ ആധുനിക ഭ്രൂണവിജ്ഞാനത്തിന് അടിത്തറയിട്ടു എന്നു പറയാം. ബീജസങ്കലനം മുതൽ പൂർണ ജീവിയാവുന്നതു വരെയുള്ള ഘട്ടങ്ങൾ അദ്ദേഹം വിവരിച്ചു. ഭ്രൂണപാളികളുടെ (germ layers) പ്രാധാന്യത്തെപ്പറ്റി ആദ്യമായി വിവരിച്ചതും അദ്ദേഹമായിരുന്നു.

3. ജന്തുശാസ്ത്രം 20–ാം നൂറ്റാണ്ടുമുതൽ

1900 ൽ തന്നെ ജന്തുശാസ്ത്രത്തിൽ രണ്ട് സുപ്രധാന സംഭവങ്ങൾ നടന്നു. കാൾ ലാന്റ് സ്റ്റെയിനർ (1868–1943) എന്ന ഓസ്ട്രിയൻ ഡോക്ടർ ABO രക്തഗ്രൂപ്പുകൾ കണ്ടെത്തിയതും മെൻഡലിന്റെ സിദ്ധാന്തങ്ങൾ മൂന്ന് ശാസ്ത്രജ്ഞർ വീണ്ടും കണ്ടെത്തിയതുമാണ് ഇവ. രണ്ടാമത്തെ സംഭവത്തോടെ ജനിതകം എന്ന ശാസ്ത്രശാഖ പിറവിയെടുത്തു.

രക്തദാനം എന്നത് രക്തഗ്രൂപ്പുകൾ കണ്ടെത്തുന്നതിനുമുമ്പ് വെറും ഭാഗ്യപരീക്ഷണമായിരുന്നു. ഇന്നത് ജീവദാനമായി വിശേഷിപ്പിക്കപ്പെടാറുണ്ട്. രക്തം സ്വീകരിച്ചവരിൽ ചിലർ അത്ഭുതകരമായി രക്ഷപ്പെടുന്നതും മറ്റുചിലർ പെട്ടെന്ന് മരിക്കുന്നതും ഡോക്ടർമാർക്ക് വിശദീകരിക്കാൻ കഴിഞ്ഞിരുന്നില്ല. മനുഷ്യരക്തത്തെ ആന്റിജനുകളുടെ അടിസ്ഥാനത്തിൽ A, B, AB, O എന്നിങ്ങനെ വർഗീകരിക്കാമെന്നും രക്തപ്ലാസ്മയിലുള്ള ആന്റിബോഡികൾ സ്വീകരിക്കുന്ന രക്തത്തിലെ ആന്റിജനുകളുമായി പ്രവർത്തിക്കുമ്പോഴാണ് അപകടമുണ്ടാവുന്നതെന്നും ലാന്റ്സ്റ്റെയിനർ കണ്ടെത്തി. കുറച്ചുകാലം കഴിഞ്ഞ് 1940 ൽ Rh ഗ്രൂപ്പുകൂടി കണ്ടെത്തിയതോടെ രക്തദാനം തീർത്തും അപകടരഹിതമായി.

ജനിതകം മെൻഡലിൽ തുടങ്ങി ഇന്നത്തെ അവസ്ഥയിലേക്ക് വളർന്നത് അധ്യായം 6 ൽ വിശദമായി ചർച്ചചെയ്യുന്നുണ്ട്.

റഷ്യൻ ശാസ്ത്രജ്ഞനായ പാവ്ലോവ് (1849–1936) വളരെ ദരിദ്രമായ ചുറ്റുപാടിൽ നടത്തിയ പരീക്ഷണങ്ങളുടെ ഫലങ്ങൾ പുറത്തുവന്നത് 1903 ലാണ്. നായ്ക്കളിലാണ് പരീക്ഷണങ്ങൾ നടത്തിയത്. നായ്ക്കൾക്ക് ഭക്ഷണം നൽകുമ്പോൾ ഒരു ബെൽ അടിക്കും. ഭക്ഷണം കാണുമ്പോൾ നായ്ക്കൾ ഉമിനീർ സ്രവിപ്പിക്കും. കുറെപ്രാവശ്യം പരീ

ക്ഷണം ആവർത്തിച്ചപ്പോൾ ഭക്ഷണം കൊടുക്കാതെ വെറുതെ ബെൽ ശബ്ദിച്ചാലും അവ ഉമിനീർ സ്രവിപ്പിക്കുന്നതായി അദ്ദേഹം നിരീക്ഷിച്ചു. ബെല്ലിന്റെ ശബ്ദവും ഭക്ഷണവുമായി തലച്ചോറിൽ ബന്ധം സ്ഥാപിക്കുന്നതിനാലാണ് ഇതെന്ന് പാവ്‌ലോവ് വിശദീകരിച്ചു. ഇത്തരം പ്രതികരണത്തെ കണ്ടീഷനൽ റിഫ്ളക്സ് (conditional reflex) എന്നദ്ദേഹം വിളിച്ചു. മനുഷ്യസ്വഭാവത്തിലും ഇത്തരം നിരവധി റിഫ്ളക്സുകളുണ്ട്.

1921 ൽ കനേഡിയൻ ഫിസിയോളജിസ്റ്റായ ഫ്രെഡറിക് ബാന്റിങ്ങും ചാൾസ് ബെസ്റ്റും ചേർന്നാണ് ഇൻസുലിൻ എന്ന ഹോർമോണിന്റെ അഭാവമാണ് പ്രമേഹം എന്ന രോഗമുണ്ടാക്കുന്നതെന്ന് കണ്ടെത്തിയത്. ഇതോടെ ഡോക്ടർമാരുടെ മുന്നിൽ പ്രഹേളികയായിരുന്ന ഒരു രോഗം വൈദ്യശാസ്ത്രത്തിന് കീഴടങ്ങി. 1928 ൽ അലക്സാണ്ടർ ഫ്ളെമിങ് (1881–1955) എന്ന സ്കോട്ടിഷ് ശാസ്ത്രജ്ഞൻ ആകസ്മികമായി കണ്ടെത്തിയ പെൻസിലിൻ എന്ന ആന്റിബയോട്ടിക് ചികിത്സാരംഗം തന്നെ മാറ്റി. പെൻസിലിയം നൊട്ടാറ്റം എന്ന പൂപ്പൽ ചുറ്റുപാടുമുള്ള ബാക്ടീരിയങ്ങളെ നശിപ്പിക്കുന്നു എന്ന നിരീക്ഷണമാണ് ഈ കണ്ടെത്തലിലേക്ക് നയിച്ചത്.

അലക്സാണ്ടർ ഫ്ളെമിങ്

സ്വഭാവശാസ്ത്രം (ethology) എന്ന ശാസ്ത്രശാഖയുടെ പിതാവ് എന്ന് വിശേഷിപ്പിക്കുന്നത് ആസ്ട്രിയൻ ശാസ്ത്രജ്ഞനായ കോൺറാഡ് ലോറൻസിനെ (1903–1989) ആണ്. അദ്ദേഹത്തിന്റെ *സോളമൻ രാജാവിന്റെ മോതിരം* എന്ന പുസ്തകം വളരെ പ്രശസ്തമാണ്. ഒരിനം താറാവുകളിൽ മാതാവിന്റെ രൂപം ഇംപ്രിന്റ് (imprint) ചെയ്യുന്ന രീതി അദ്ദേഹം പരീക്ഷണങ്ങളിലൂടെ കണ്ടെത്തി. മുട്ടയിൽ നിന്ന് വിരിഞ്ഞുവരുന്ന താറാവിൻ കുഞ്ഞ് ശബ്ദം, കാഴ്ച എന്നിവയിലൂടെ തലച്ചോറിൽ ആദ്യം എത്തുന്ന രൂപത്തെ മാതാവായി ധരിച്ചു അതിനെ പിന്തുടരും.

1953 ൽ ജയിംസ് വാട്സനും, ഫ്രാൻസിസ് ക്രിക്കും ചേർന്ന് DNA യുടെ മാതൃക അവതരിപ്പിച്ചതാണ് ജനിതകശാസ്ത്രത്തെ തന്മാത്രാ ജീവശാസ്ത്ര (molecular biology) ത്തിലേക്ക് എത്തിച്ചത്. വിൽക്കിൻസ് എന്ന ശാസ്ത്രജ്ഞൻ നടത്തിയ എക്സ്റെ വിഭംഗന (X- ray diffraction) പഠനങ്ങൾ ഈ

ജയിംസ് വാട്സൺ

കണ്ടെത്തലിന് സഹായകമായി. നൊബേൽ സമ്മാനർഹമായ ഒട്ടേറെ കണ്ടുപിടിത്തങ്ങൾ ജനിതകമേഖലയിൽ തുടർന്നുണ്ടായി. 1976 ൽ ഇന്ത്യൻ വംശജനായ ഹർഗോവിന്ദ് ഖൊരാനയും സഹപ്രവർത്തകരും കൃത്രിമജീൻ നിർമിച്ചു. Ph x 174 എന്ന വൈറസിന്റെ DNA യുടെ ബേസ്ക്രമം കണ്ടെത്തി. ഫ്രഡറിക് സാംഗർ എന്ന ശാസ്ത്രജ്ഞൻ ജീനോം പഠനങ്ങൾക്ക് തുടക്കം കുറിച്ചു.

1978 ൽ ലൂയി ബ്രൗൺ പിറന്നു; ആദ്യത്തെ ടെസ്റ്റ്യൂബ് ശിശു. മാതാവിൽ നിന്നെടുത്ത അണ്ഡം പുറത്തുവെച്ച് പുരുഷബീജം ഉപയോഗിച്ച് ബീജസങ്കലനം നടത്തി. ഭ്രൂണവളർച്ചയുടെ ഒരു പ്രത്യേകഘട്ടത്തിൽ അമ്മയുടെ ഗർഭപാത്രത്തിൽ നിക്ഷേപിച്ച് വളർത്തിയെടുക്കലാണ് ഇതിൽ സ്വീകരിച്ചത്. ചിലതരം വന്ധ്യതയുള്ളവർക്ക് അമ്മമാരാവാൻ ഇത് മാത്രമേ വഴിയുള്ളൂ. പാട്രിക് സ്റ്റെപ്ടോ, റോബർട്ട് എഡ്വാർഡ്സ് എന്നിവരാണ് ഈ രീതി ആദ്യം പരീക്ഷിച്ച് വിജയിപ്പിച്ചത്. ഇതിന്റെ സാമൂഹ്യപ്രശ്നങ്ങളെപ്പറ്റി ആദ്യം ആശങ്കകൾ ഉയർന്നെങ്കിലും പതുക്കെ എല്ലാ വിമർശനങ്ങളും നിലച്ചു. ഇന്ന് വ്യാപകമായി ഉപയോഗിക്കുന്ന വന്ധ്യതാചികിത്സാമാർഗമായി ഇത് മാറിയിരിക്കുന്നു.

റേച്ചൽ കാൾസൺ

മനുഷ്യന്റെ ശാസ്ത്രപുരോഗതിയുടെ ഇരുണ്ട മറ്റൊരു വശം തുറന്നുകാട്ടിയതും 20–ാം നൂറ്റാണ്ടിന്റെ രണ്ടാം പകുതിയിലാണ്. ഫാക്ടറികൾ പുറത്തുവിട്ട വിഷവാതകങ്ങളും രാസപദാർഥങ്ങളും മണ്ണും വെള്ളവും വായുവും മലിനമാക്കിക്കൊണ്ടിരിക്കുന്നു. റേച്ചൽകാൾസൺ 1962 ൽ *നിശബ്ദവസന്തം* (*silent spring*) എന്ന ഗ്രന്ഥം പ്രസിദ്ധീകരിച്ചതോടെ പരിസ്ഥിതി സംരക്ഷണം ചർച്ചാവിഷയമായി. DDT പോലുള്ള മാരകവിഷങ്ങൾ ഇന്ന് മിക്ക രാജ്യങ്ങളും നിരോധിച്ചുകഴിഞ്ഞു. റഫ്രിജറേറ്ററുകളിലും മറ്റും ഉപയോഗിക്കുന്ന ക്ലോറോ ഫ്ളൂറോകാർബണുകൾ (CFC) ഓസോൺ പാളിയെ നശിപ്പിക്കും എന്ന കണ്ടെത്തലും തുടർന്നുണ്ടായി. 1985 ൽ ബ്രിട്ടീഷ് അന്റാർട്ടിക് സർവേ ആദ്യമായി അന്റാർട്ടിക്കയ്ക്കു മീതെയുള്ള ഓസോൺ പാളിയിൽ വിള്ളൽ കണ്ടെത്തി. ആഗോളതലത്തിൽ പരിസ്ഥിതി പ്രശ്നങ്ങൾ കൈകാര്യം ചെയ്യേണ്ടതിന്റെ ആവശ്യകത ഇത് വ്യക്തമാക്കി. മോൺട്രിയൽ ഉടമ്പടി ഉണ്ടായത് ഈ പശ്ചാത്തലത്തിലാണ് ബ്രസീലിലെ റിയോ ഡി ജനീവയിൽ 1992 ൽ ചേർന്ന ആദ്യത്തെ ഭൗമഉച്ചകോടിയിൽ പരിസ്ഥിതിപ്രശ്നങ്ങൾ സജീവചർച്ചാവിഷയമായി. 2007 ൽ പുറത്തുവന്ന IPCC (intergovernmental panel on climate change) യുടെ റിപ്പോർട്ടിൽ കാർബൺഡയോ

ക്സൈഡും മറ്റ് ഹരിതഗൃഹവാതകങ്ങളും ഉണ്ടാക്കുന്ന ആഗോളതാപനത്തെപ്പറ്റി ശാസ്ത്രീയമായ തെളിവുകൾ നൽകിയിട്ടുണ്ട്. 1750 ൽ അന്തരീക്ഷത്തിൽ കാർബൺഡയോക്സൈഡിന്റെ അളവ് 280 പി പി എം (1 പി പി എം= പത്തുലക്ഷത്തിൽ ഒരു ഭാഗം) ആയിരുന്നത് 2005 ലെത്തിയപ്പോൾ 379 പി പി എം ആയി വർധിച്ചു എന്ന് പഠനങ്ങളിൽ കണ്ടെത്തിയിട്ടുണ്ട്.

ഇരുപതാംനൂറ്റാണ്ടിൽ ജീവശാസ്ത്ര വളർച്ചയെ ഏറെ സ്വാധീനിച്ചതാണ് പുനഃസംയോജക DNA എന്ന സങ്കേതം. 1973 ൽ സ്റ്റാൻസ് ഫോർഡ് സർവകലാശാലയിലെ സ്റ്റാൻലി കോഹനും, കാലിഫോർണിയ സർവകലാശാലയിലെ ഹെർബർട്ട് ബോയറും ചേർന്നാണ് *ഈ കോളൈ* എന്ന ബാക്ടീരിയത്തിൽ മറ്റൊരു ജീവിയിൽ നിന്നെടുത്ത ജീൻ പ്രവേശിപ്പിച്ചത്. ജനിതക എഞ്ചിനീയറിങ് എന്ന പുതിയരീതിയുടെ തുടക്കമായിരുന്നു ഇത്. ജനിതക എഞ്ചിനീയറിങ് രീതിയിൽ ഇന്ന് ഹോർമോണുകളും മറ്റും നിർമിക്കുന്നുണ്ട്. പഴയ ജനിതകരീതിയിൽ ഒരു സ്പീഷിസിലെ അംഗങ്ങൾ തമ്മിലേ സങ്കരണം നടത്താൻ പറ്റിയിരുന്നുള്ളൂ. എന്നാൽ ഇന്ന് മനുഷ്യജീൻ ബാക്റ്റീരിയത്തിലേക്കും, സസ്യങ്ങളുടെ ജീൻ ജന്തുക്കളിലേക്കും തിരിച്ചും എല്ലാം മാറ്റി വെക്കാം എന്ന അവസ്ഥ വന്നിട്ടുണ്ട്.

1997 ൽ സ്കോട്ടിഷ് ശാസ്ത്രജ്ഞനായ ഇയാൻ വിൽ മുട്ടും സഹപ്രവർത്തകരും ചേർന്ന ഡോളി എന്ന ചെമ്മരിയാടിനെ ക്ലോൺചെയ്തത് വലിയ വാർത്താപ്രാധാന്യം നേടി. പെൺ ആടിന്റെ അകിടിൽ നിന്നെടുത്ത കോശം ന്യൂക്ലിയസ് മാറ്റിയ അണ്ഡവുമായി ശരീരത്തിന് പുറത്ത് ചേർത്തശേഷം ഭ്രൂണത്തെ ടെസ്റ്റ്ട്യൂബ് രീതിയിൽ മൂന്നാമതൊരു ആടിന്റെ ഗർഭപാത്രത്തിൽ വളർത്തിയെടുക്കുകയാണ് ഇതിൽ ചെയ്തത്. ആകെ 277 അണ്ഡങ്ങൾ പരീക്ഷിച്ചതിൽ ഒന്ന് മാത്രമാണ് വിജയിച്ചത്. ഡോളിക്കുശേഷം എലികൾ, പൂച്ചകൾ, കാളക്കുട്ടികൾ തുടങ്ങിയവയെ ക്ലോണിങ് വഴി സൃഷ്ടിച്ചു. സ്വാഭാവികമായും ചർച്ചകളധികവും മനുഷ്യ ക്ലോണിങിനെ ചുറ്റിയാണ്, അതിപ്പോഴും ഒരു സാധ്യതയായി തുടരുന്നു.

1990 ൽ ആരംഭിച്ച മനുഷ്യജീനോം പ്രോജക്ട് 2003 ഓടെ പൂർത്തികരിച്ചു. ഏതാണ്ട് 300 കോടിയിലധികം ന്യൂക്ലിയോടൈഡുകൾ അടങ്ങിയ മനുഷ്യന്റെ ജീനോം കണ്ടെത്തിയതിന് ജനിതകരോഗചികിത്സാരംഗത്തും, മനുഷ്യപരിണാമപഠനത്തിലും വലിയ പ്രാധാന്യമുണ്ട്.

ജനിതകരൂപാന്തരം വരുത്തിയ കാർഷികവിളകൾ 1990 കളിൽ തന്നെ വികസിപ്പിക്കാൻ തുടങ്ങിയിരുന്നു. വൻകമ്പനികൾ നടത്തുന്ന ഇത്തരം പരീക്ഷണങ്ങൾ പലപ്പോഴും കച്ചവടതാൽപ്പര്യം മുന്നിട്ടു നിൽക്കുന്നു. മൊൺസാന്റോ എന്ന കമ്പനി ഉണ്ടാക്കിയ അന്തകൻ ജീനുള്ള (Terminator gene) വിത്തിനങ്ങൾ വൻവിവാദമായിരുന്നു. ഇന്ത്യയിൽ Bt പരുത്തിയിനം കൃഷിചെയ്യുന്നതും Bt വഴുതിനയും Bt നെല്ലിനവും പരീക്ഷിക്കുന്നതും എതിർപ്പുകൾ വിളിച്ചുവരുത്തിയിട്ടുണ്ട്.

ജന്തുശാസ്ത്രം പഠനശാഖകൾ

എ. ജന്തുശാസ്ത്രത്തിന്റെ ശാഖകൾ

(1) **ആകൃതിക വിജ്ഞാനം** (morphology) ശരീരത്തിന്റെ ബാഹ്യ ഘടനയെപ്പറ്റി പഠിക്കുന്ന ശാഖ

(2) **അനാട്ടമി** (anatomy) ശരീരത്തിന്റെ ആന്തരികഘടനയെപ്പറ്റി പഠിക്കുന്ന ശാഖ

(3) **ശരീരക്രിയാവിജ്ഞാനം / ഫിസിയോളജി** (Physiology) ശരീരപ്രവർത്തനങ്ങളെപ്പറ്റിയുള്ള പഠനം

(4) **വർഗീകരണപദ്ധതി** (Taxonomy) ജീവികളുടെ വർഗീകരണം പഠിക്കുന്ന ശാസ്ത്രശാഖ

(5) **പരിസ്ഥിതി വിജ്ഞാനം** (Ecology) ജീവികളും പരിസരവുമായുള്ള ബന്ധം പഠനവിധേയമാക്കുന്നു. മറ്റു ജന്തുക്കൾ, സസ്യങ്ങൾ അചേതനഘടകങ്ങൾ ഇവയുമായുള്ള ബന്ധം വിശകലനം ചെയ്യുന്നു.

(6) **കോശവിജ്ഞാനം** (Cell biology) കോശങ്ങളെപ്പറ്റിയുള്ള പഠനം

(7) **ഹിസ്റ്റോളജി** (histology) ടിഷ്യൂകളെപ്പറ്റിയുള്ള പഠനം

(8) **പരിണാമം** (Evolution) മുൻഗാമികളിൽ നിന്ന് മാറ്റം സംഭവിച്ച് പുതിയ സ്പീഷിസുകളുണ്ടാവുന്നത് സംബന്ധിച്ച പഠനശാഖ

(9) **ഫോസിൽ വിജ്ഞാനം** (Palaeontology) ഫോസിലുകളെപ്പറ്റിയുള്ള പഠനം

(10) **ഭ്രൂണവിജ്ഞാനം** (Embryology) ബഹുകോശജീവികളിൽ സിക്താണ്ഡം (Zygote) വിഭജിച്ച് പ്രൗഢജീവി ഉണ്ടാവുന്നതു വരെയുള്ള ക്രമാനുഗതമായ മാറ്റങ്ങൾ പഠിക്കുന്ന ശാസ്ത്രശാഖ

(11) **ജനിതകം** (Genetics) പാരമ്പര്യസ്വഭാവങ്ങളുടെ സംക്രമണത്തേയും ജീനുകളുടെ പ്രവർത്തനത്തേയും കുറിച്ച് പഠിക്കുന്ന ശാഖ

(12) **അസ്ഥിശാസ്ത്രം** (Osteology)അസ്ഥികളെക്കുറിച്ചുള്ള പഠനം

(13) **എക്സോബയോളജി** (exobiology) അന്യഗ്രഹങ്ങളിലെ ജീവസാന്നിധ്യം സംബന്ധിച്ച പഠനം

ബി. ജീവശാസ്ത്രവുമായി ബന്ധപ്പെട്ട പഠനമേഖലകൾ

(1) **വൈദ്യശാസ്ത്രം** (Medicine): രോഗങ്ങളെയും ചികിത്സാരീതികളെയും സംബന്ധിച്ച പഠനം

(2) **ജീവരസതന്ത്രം** (Biochemistry): ജീവികളുടെ ശരീരപ്രവർത്തനങ്ങളുടെ രസതന്ത്രം പഠിക്കുന്നു

(3) **മൈക്രോബയോളജി** (microbiology):വൈറസുകൾ, ബാക്ടീരിയങ്ങൾ, മറ്റു ഏകകോശജീവികൾ ഇവയെക്കുറിച്ചുള്ള പഠനം

(4) **പാത്തോളജി** (pathology): ജീവികൾക്കുണ്ടാകുന്ന പകർച്ചവ്യാധികളേയും രോഗം വന്ന ടിഷ്യുകളേയും പറ്റി പഠിക്കുന്ന ശാസ്ത്ര ശാഖ

(5) **ബയോടെക്നോളജി** (Biotechnology): ജീവികളെ ഉപയോഗപ്പെടുത്തി പുതിയ വസ്തുക്കൾ ഉൽപ്പാദിപ്പിക്കുന്ന സാങ്കേതിക വിദ്യ. സൂക്ഷ്മജീവികളേയും ജീനുകളേയും ഉപയോഗപ്പെടുത്തുന്നു. ജീനുകൾ മാറ്റിവെക്കുന്ന ജനിതക എഞ്ചിനീയറിങ് ഇതിൽ ഉപയോഗിക്കുന്നുണ്ട്.

(6) **മറൈൻ ബയോളജി** (marine biology): സമുദ്രജീവികളെപ്പറ്റി പഠിക്കുന്ന ശാസ്ത്രം

(7) **ഫോറസ്ട്രി** (Forestry): വനം, വനവിഭവങ്ങൾ, വന്യജീവികൾ ഇവയെക്കുറിച്ചുള്ള പഠനം

(8) **നരവംശശാസ്ത്രം** (anthropology): മനുഷ്യവംശങ്ങളെപ്പറ്റിയുള്ള പഠനം

(9) **ജൈവഭൗതികം** (biophysics): ഭൗതികശാസ്ത്ര തത്വങ്ങളും ജീവന്റെ പ്രവർത്തനങ്ങളും തമ്മിൽ ബന്ധപ്പെടുത്തുന്ന ശാസ്ത്രം.

(10) **ജൈവസാംഖികം** (biostatistics): ഗണിതശാസ്ത്രരീതികൾ, പ്രത്യേകിച്ചും സ്റ്റാറ്റിസ്റ്റിക്സ് ജീവശാസ്ത്രപഠനത്തിൽ ഉപയോഗപ്പെടുത്തുന്ന ശാഖ.

(11) **എത്തോളജി** (Ethology): ജന്തുക്കളുടെ സ്വഭാവത്തെപ്പറ്റിയുള്ള പഠനം

(12) **ബയോ ഇൻഫർമാറ്റിക്സ്** (Bio informatics) കമ്പ്യൂട്ടർസാങ്കേതികവിദ്യ ജീവശാസ്ത്രപഠനത്തിനുപയോഗിക്കുന്ന രീതി.

(13) **സെറികൾച്ചർ** (Sericulture) പട്ടുനൂൽ പുഴുവളർത്തൽ സംബന്ധിച്ച പഠനശാഖ.

(14) **എപ്പികൾച്ചർ** (Apiculture) തേനീച്ചവളർത്തലിന്റെ ശാസ്ത്രപഠനം.

(15) **ഫിഷറീസ് ടെക്നോളജി** (Fisheries technology)മത്സ്യങ്ങളുടെയും ജലജീവികളുടെയും പരിപാലനവും സംസ്കരണവും.

(16) **വെറ്റിനറിസയൻസ്** (Veterinary science)ജന്തുക്കളുടെ രോഗങ്ങളും പരിപാലനവും ചികിത്സയും പഠിക്കുന്നു.

(17) **ബയോമെഡിക്കൽ എഞ്ചിനീയറിങ്** (Bio medical engineering)ശരീരത്തിലുപയോഗിക്കുന്ന സ്പെയർപാർട്ടുകൾ, ഇംപ്ലാന്റുകൾ, കൃത്രിമാവയവങ്ങൾ ഇവ നിർമിക്കുക

(18) **ഡയറി ടെക്നോളജി** (Dairy technology)നല്ലയിനം കാലികളെ വികസിപ്പിച്ചെടുക്കുക, പാലും പാലുൽപ്പന്നങ്ങളും സൂക്ഷിക്കുകയും മാർക്കറ്റ് ചെയ്യുകയും ചെയ്യുക.

(19) **ഫിസിയോ തെറാപ്പി** (Physiotherapy) രോഗങ്ങളും ശാരീരിക അവശതകളും വ്യായാമം, തിരുമ്മൽ, ചൂടുപിടിപ്പിക്കൽ തുടങ്ങിയ രീതിയിൽ ചികിത്സിക്കൽ.

സി. പ്രത്യേക ജന്തുവിഭാഗങ്ങളുടെ പഠനം

(1) **പക്ഷിശാസ്ത്രം** (Ornithology) -പക്ഷികളെപ്പറ്റിയുള്ള പഠനം.

(2) **മത്സ്യശാസ്ത്രം** (Ichthyology) -മത്സ്യങ്ങളെപ്പറ്റിയുള്ള പഠനം.

(3) **ഹെർപറ്റോളജി** (herpatology)-ഇഴജന്തുക്കളെപ്പറ്റിയുള്ള പഠനം.

(4) **ഷഡ്പദവിജ്ഞാനം** (entomology) - ഷഡ്പദങ്ങളെപ്പറ്റിയുള്ള പഠനം.

(5) **മാലക്കോളജി** (malacology) - മൊളസ്കളെപ്പറ്റിയുള്ള പഠനം.

(6) **ഒഫിയോളജി** (ophilogy) - പാമ്പുകളെക്കുറിച്ചുള്ള പഠനം.

(7) **പാരസൈറ്റോളജി** (parasitology)- പരാദങ്ങളെക്കുറിച്ചുള്ള പഠനം.

(8) **പ്രോട്ടോസുവോളജി** (protozoology)- പ്രോട്ടോസോവകളെക്കുറിച്ചുള്ള പഠനം.

(9) **അക്കാരോളജി** (Acarology)- മൈറ്റു (mites)കളെപ്പറ്റിയുള്ള പഠനം.

3

ജീവലോകത്തിന്റെ വർഗീകരണം

ജീവലോകത്തിൽ സൂക്ഷ്മജീവികൾ വരുന്നത് മൈക്രോസ്കോപ്പിന്റെ കണ്ടുപിടുത്തത്തോടെയാണ്. അതുവരെ നഗ്നനേത്രങ്ങൾ കൊണ്ട് കാണാൻ പറ്റുന്നവ മാത്രമായിരുന്നു ജീവികൾ. ഇവയെ ജന്തുക്കളെന്നും സസ്യങ്ങളെന്നും തിരിച്ചാണ് വർഗീകരണം ആരംഭിച്ചത്. അരിസ്റ്റോട്ടിൽ ജന്തുക്കളെയും സസ്യങ്ങളെയും ഒന്നുകൂടി വിഭജിച്ചു. സസ്യങ്ങളെ ഓഷധികൾ (Herbs) കുറ്റിച്ചെടികൾ (Shrubs) വൃക്ഷങ്ങൾ (Trees) എന്നാണദ്ദേഹം വിഭജിച്ചത്. ജന്തുക്കളെ അദ്ദേഹം ചുവന്നരക്തം ഇല്ലാത്തവയെന്നും ഉള്ളവയെന്നും രണ്ടു വിഭാഗങ്ങളാക്കി. ചുവന്ന രക്തം ഇല്ലാത്തവയെ നട്ടെലില്ലാത്തവയെന്നും ഉള്ളവയെ നട്ടെല്ലുള്ളവയെന്നും വിളിച്ചു. 18-ാം നൂറ്റാണ്ടുവരെ വർഗീകരണത്തിൽ പുതിയ രീതികളൊന്നും വന്നില്ല. പലരും ആവാസസ്ഥലങ്ങൾ അടിസ്ഥാനമാക്കി വർഗീകരിച്ചിരുന്നു. യാതൊരു ബന്ധവുമില്ലാത്ത ജീവികൾ ഒരേ ആവാസസ്ഥലത്തുണ്ടാവുന്നതിനാൽ ഈ രീതി തികച്ചും അശാസ്ത്രീയമായിരുന്നു.

സസ്യങ്ങളെയും ജന്തുക്കളെയും ഓരോ സാമ്രാജ്യം (kingdom) ആയി പരിഗണിക്കുന്ന രീതിയെ രണ്ടു സാമ്രാജ്യങ്ങളായുള്ള വർഗീകരണം എന്നാണ് പറയുക. ലിന്നയസിന്റെ വർഗീകരണപദ്ധതിയിൽ ഈ സാമ്രാജ്യങ്ങളെ പ്ലാന്റേ (Plantae) ആനിമാലിയ (Animalia) എന്നിങ്ങനെ പേരിട്ടിരിക്കുന്നു. സസ്യങ്ങൾക്ക് ചലനശേഷിയില്ല അവ പ്രകാശസംശ്ലേഷണം വഴി ആഹാരം നിർമിക്കുന്നു. ജന്തുക്കളാകട്ടെ ചലനശേഷിയുള്ളവയും ഭക്ഷണത്തിന് നേരിട്ടോ അല്ലാതെയോ സസ്യങ്ങളെ ആശ്രയിക്കുന്നവയുമാണ്; ഇതാണ് രണ്ട് സാമ്രാജ്യങ്ങൾ തമ്മിലുള്ള പ്രധാനവ്യ

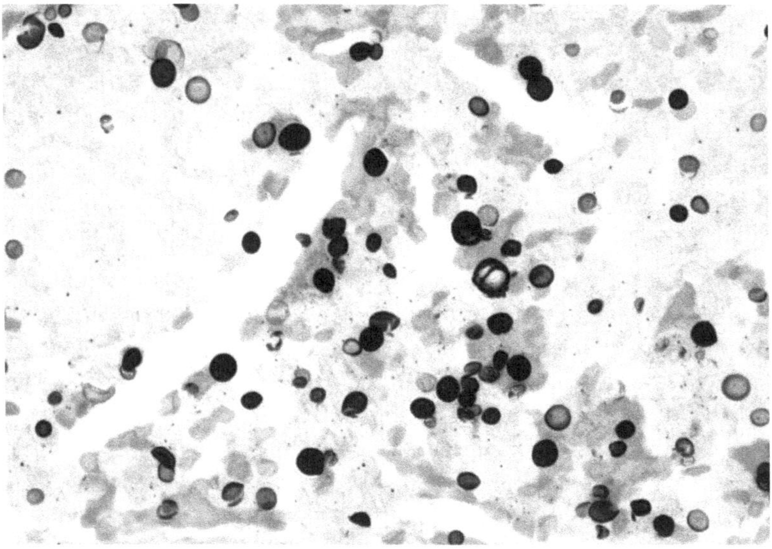

ടിഷ്യൂ ഫംഗസ്

ത്യാസങ്ങൾ. ഈ രണ്ടു സാമ്രാജ്യവർഗീകരണത്തിൽ ലിന്നയസിനു ശേഷം മാറ്റങ്ങൾ വന്നത് പ്രധാനമായും ഉപവിഭാഗങ്ങൾ തിരിക്കുന്നതിലായിരുന്നു. ഫൈലം തുടങ്ങിയ വിഭാഗങ്ങൾ പുതുതായി സൃഷ്ടിക്കപ്പെട്ടു.

ശാസ്ത്രപഠനങ്ങൾ പുരോഗമിച്ചതോടെ ഇത്തരം വിഭജനത്തിന്റെ കുറവുകൾ ഓരോന്നായി വെളിച്ചത്തുവന്നു. പ്രധാനമായും സൂക്ഷ്മജീവികളാണ് പ്രശ്നമുണ്ടാക്കിയത്. ഇവയിൽ തന്നെ ബാക്ടീരിയങ്ങൾ, നീലഹരിത ആൽഗകൾ ഇവയ്ക്ക് ന്യൂക്ലിയസ് ഇല്ല. വ്യക്തമായ ന്യൂക്ലിയസുള്ള സൂക്ഷ്മജീവികളിൽ തന്നെ ക്ലോറോഫിൽ ഉള്ളവയും ഇല്ലാത്തവയുമുണ്ട്. ന്യൂക്ലിയസില്ലാത്തവയെ ആദ്യമേതന്നെ സസ്യലോകത്തിൽ ഉൾപ്പെടുത്തി. പക്ഷേ ന്യൂക്ലിയസുള്ളവയെ ജന്തുശാസ്ത്രജ്ഞർ പ്രോട്ടോസോവ എന്ന ഗ്രൂപ്പിൽ ഉൾപ്പെടുത്തി. ഇതിൽ ക്ലോറോഫിൽ ഉള്ളവയെ സസ്യശാസ്ത്രജ്ഞർ ആൽഗകളായി പരിഗണിച്ച് സസ്യഗ്രൂപ്പിൽപ്പെടുത്തി. യൂഗ്ലീന, ക്ലാമിഡോമോണാസ്, വോൾവോക്സ് തുടങ്ങിയ അനേകം ഏകകോശ ജീവികൾ ഒരേസമയം ജന്തുക്കളും സസ്യങ്ങളും ആയി പരിഗണിക്കപ്പെട്ടു.

മറ്റൊരു പ്രശ്നം പൂപ്പലുകൾ, കൂൺ തുടങ്ങിയ ഫംഗസുകളാണ്. ഇവയ്ക്ക് സസ്യങ്ങളെപ്പോലെ പച്ചനിറമില്ല. ചുറ്റുപാടിൽ നിന്ന് നേരിട്ട് ഭക്ഷണം വലിച്ചെടുക്കുന്ന രീതിയാണ് ഇവയ്ക്കുള്ളത്. കോശഭിത്തിയുടെ ഘടന, പ്രത്യുൽപ്പാദനം എന്നീ കാര്യങ്ങളിൽ മാതൃകാസസ്യങ്ങളിൽ നിന്ന് വളരെ വ്യത്യാസം കാണിക്കുന്നു. എന്നിട്ടും ഇവയെ സസ്യലോകത്തിലാണ് ഉൾപ്പെടുത്തിയിട്ടുള്ളത്. ലൈക്കനുകൾ, സ്ലൈംമോൾഡുകൾ തുടങ്ങിയ ജീവിവിഭാഗങ്ങൾക്ക് ജന്തുക്കളോടും സസ്യങ്ങളോടും പല കാര്യങ്ങളിലും സാമ്യമുണ്ട്. ഇത് രണ്ട് വിഭാഗങ്ങളിലും ഉൾപ്പെടുത്തുന്നതിന് പ്രശ്നങ്ങളുണ്ടാക്കുന്നു.

1866 ൽ ജർമൻ ശാസ്ത്രജ്ഞനായ ഏണസ്റ്റ് ഹെക്കൽ സൂക്ഷ്മ ജീവികളെയെല്ലാം ഒന്നിച്ചുചേർത്ത് പ്രോട്ടിസ്റ്റ (Protista)എന്നൊരു സാമ്രാജ്യം ഉണ്ടാക്കി. ഇതിൽ ബാക്ടീരിയങ്ങൾ, പ്രോട്ടോസോവകൾ, ഏകകോശഫംഗസുകൾ എന്നിവ ഉൾപ്പെട്ടിരുന്നു. ന്യൂക്ലിയസുള്ളവ, ഇല്ലാത്തവ, പ്രകാശസംശ്ലേഷണം നടത്തുന്നവ, ഇരയെ പിടിച്ചുതിന്നുന്നവ തുടങ്ങി വൈവിധ്യമുള്ള ജീവികൾ ഉൾപ്പെട്ടതിനാൽ ഈ വർഗീകരണത്തെ ശാസ്ത്രജ്ഞരൊന്നും അംഗീകരിച്ചില്ല.

1969 ൽ റോബർട്ട് എച്ച് വിറ്റേക്കർ എന്ന ശാസ്ത്രജ്ഞൻ പുതിയൊരു വർഗീകരണരീതി മുന്നോട്ടുവെച്ചു. ഇതിന് 5 സാമ്രാജ്യവർഗീകരണം (Five kingdom classification) എന്ന് പറയുന്നു. കോശഘടനയുടെ പ്രത്യേകതകൾ, ശരീരഘടന, ഭക്ഷണസമ്പാദനരീതി, പരിണാമപരമായ സ്ഥാനം എന്നിവയാണ് ഈ വർഗീകരണത്തിൽ പരിഗണിച്ചത്. കോശഘടനയുടെ അടിസ്ഥാനത്തിൽ പ്രോകാരിയോട്ടുകളെ (ന്യൂക്ലിയസ് ഇല്ലാത്തവ) യും യൂക്കാരിയോട്ടുകളേയും (ന്യൂക്ലിയസുള്ളവ) രണ്ട് വിഭാഗത്തിലാക്കി. ഏകകോശജീവികളേയും ബഹുകോശജീവികളേയും വേർതിരിച്ചു. ഫംഗസുകളെ പ്രത്യേക സാമ്രാജ്യമാക്കി ഇതൊക്കെയാണ് ഈ പുതിയ വർഗീകരണത്തിന്റെ സവിശേഷതകൾ. വിറ്റേക്കർ നിർദേശിച്ച അഞ്ച് സാമ്രാജ്യങ്ങൾ മൊണീറ, പ്രോട്ടിസ്റ്റ, ഫംജെ, ആനിമാലിയ, പ്ലാന്റേ എന്നിവയാണ്.

1. സാമ്രാജ്യം മൊണീറ (Kingdom Monera)

പ്രോകാരിയോട്ട് ഘടന (ന്യൂക്ലിയസ് ഇല്ലാത്ത അവസ്ഥ) യുള്ള ഏകകോശ ജീവികളായ ബാക്ടീരിയങ്ങൾ, നീലഹരിത ആൽഗകൾ (സയനോബാക്ടീരിയ) എന്നിവയാണ് ഈ സാമ്രാജ്യത്തിൽ ഉൾപ്പെടുന്നത്. ഏകകോശ അവസ്ഥയ്ക്കുപുറമെ ഏകകോശ ജീവികളുടെ കൂട്ടമായോ, മൈസീലിയം, ഫിലമെന്റ് രൂപത്തിലോ ഇവയെ കാണാം. ന്യൂക്ലിയസിനു പുറമെ കോശത്തിലെ സ്തരങ്ങളാൽ വേർതിരിക്കപ്പെട്ട ഓർഗനെല്ലുകളും ഉണ്ടാവില്ല. കോശഭിത്തി ചിലതിൽ കാണുന്നു. ഇത് പോളിസാക്കറൈഡുകൾ, പെപ്റ്റിഡോ ഗ്ലൈക്കാൻ ഇവയാൽ നിർമിതമാണ്. പരിണാമപരമായി ഏറ്റവും ആദിമഘടനയുള്ള ജീവികളാണിവ. പ്രകാശവും രാസഊർജവും ഉപയോഗപ്പെടുത്തി ഭക്ഷണമുണ്ടാക്കുന്നവയും മറ്റുജീവികളെ ആശ്രയിക്കുന്നവയും ഇവയിലുണ്ട്. ഓക്സിജന്റെ അഭാവത്തിൽ ശ്വസനം നടത്തുന്നവയും ഇക്കൂട്ടത്തിലുണ്ട്. പലതും രോഗാണുക്കളാണ്. അഴുകൽ പ്രക്രിയയിൽ ഇവയ്ക്ക് പ്രധാനപങ്കുണ്ട്.

2. സാമ്രാജ്യം പ്രോട്ടിസ്റ്റ (Kingdom Protista)

പ്രോട്ടിസ്റ്റയും ഏകകോശ ജീവികളാണ്. എന്നാൽ പ്രത്യേക സ്തരത്താൽ ചുറ്റപ്പെട്ട ന്യൂക്ലിയസുണ്ട്. സ്വയം ഭക്ഷണം നിർമിക്കുന്നവയും (autotrophs) ജീർണവസ്തുക്കളിൽ നിന്ന് ആഹാരം വലിച്ചെടുക്കുന്ന

വയും (saprotrophs) പരാദങ്ങളും ഇക്കൂട്ടത്തിലുണ്ട്. കോശങ്ങളിൽ ന്യൂക്ലിയസിനു പുറമെ മൈറ്റോകോൺഡ്രിയനുകൾ (mitochondria) ഗോൾഗെ ബോഡികൾ, എൻഡോപ്ലാസ്മിക് റെറ്റിക്കുലം (endroplasmic reticulum) എന്നീ ഭാഗങ്ങളും കാണപ്പെടുന്നു. ഏകകോശആൽഗകളും ഡയാറ്റമുകളും (diatoms) ജലത്തിലെ പ്രധാന ഉൽപ്പാദകരാണ്. നേരത്തെ ജന്തുലോകത്തിലും സസ്യലോകത്തിലും ഇരട്ട പൗരത്വമുണ്ടായിരുന്ന യൂഗ്ലീനാ, ക്ലാമിഡാമോണസ് എന്നിവ പ്രോട്ടിസ്റ്റയിലാണ്. മുമ്പ് സസ്യലോകത്തിൽ പെടുത്തിയിരുന്ന സ്ലൈം മോൾഡുകൾ (Slim moulds)ഇതിലാണുള്ളത്. ഇതിൽ സെല്ലുലാർ രൂപങ്ങളും ഏസെല്ലുലാർ (acellular) രൂപങ്ങളുമുണ്ട്. സീലിയം, ഫ്ളാജല്ലം തുടങ്ങിയ ചലന അവയവങ്ങൾ പല പ്രോട്ടിസ്റ്റകളിലുമുണ്ട്. അമീബപോലുള്ളവ കപടപാദങ്ങൾ (pseudopodia)ഉപയോഗിച്ച് സഞ്ചരിക്കുന്നു. പ്രത്യേക ചലനാവയവങ്ങൾ ഇല്ലാത്ത പരാദങ്ങളും (ഉദാ:- മലമ്പനി ഉണ്ടാക്കുന്ന പ്ലാസ്മോഡിയം) ഇക്കൂട്ടത്തിലുണ്ട്.

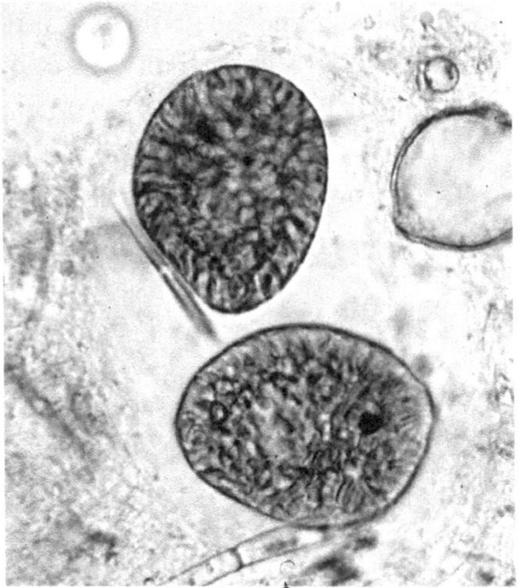

പ്രോട്ടിസ്റ്റ

3. സാമ്രാജ്യം ഫംഗൈ (Kingdom Fungi)

നേരത്തെ സസ്യസാമ്രാജ്യത്തിൽ ഉൾപ്പെട്ടിരുന്ന വിഭാഗമാണ് ഫംഗസുകൾ. ഭൂരിപക്ഷവും ബഹുകോശജീവികളാണ്. പ്ലാസ്റ്റിഡുകൾ ഒഴികെയുള്ള കോശഭാഗങ്ങളുണ്ട്. പരിണാമപരമായി ഫംഗസുകൾ വളരെ പഴയ ഗ്രൂപ്പാണ്. ഏതാണ്ട് 40 കോടി വർഷങ്ങൾക്കുമുമ്പ് ഇവയുത്ഭവിച്ചു. കോശഭിത്തി കൈറ്റിൻ എന്ന വസ്തുകൊണ്ടുള്ളതാണ് (സസ്യങ്ങളിൽ ഇത് സെല്ലുലോസ് നിർമിതമാണ്). ചീഞ്ഞളിയുന്ന വസ്തുക്കളിൽ നിന്ന് ഭക്ഷ്യവസ്തുക്കൾ വലിച്ചെടുക്കും. ഈ രീതിയെ സാപ്രോബയോട്ടിക് (saprobiotic)എന്നാണ് പറയുക. ബഹുകോശഫംഗസുകൾക്ക് മൈസീലിയം (mycelium) ഘടനയുണ്ട്. ഹൈഫ എന്ന നാരുകൾ പോലുള്ള ഭാഗങ്ങൾ ചേർന്നതാണ് മൈസീലിയം. അലൈംഗിക പ്രത്യുൽപ്പാദനം പലതരം സ്പോറുകൾ ഉണ്ടാക്കിയും വിഭജിച്ചും ബഡ്ഡിങ് (Budding) രീതിയിലും നടക്കും. ഗാമേറ്റുകൾ ഉൽപ്പാദിപ്പിച്ചുള്ള ലൈംഗിക

പ്രത്യുൽപ്പാദനവും ഫംഗസുകളിലുണ്ട്. യീസ്റ്റ് വ്യാവസായിക പ്രാധാന്യമുള്ള ഏകകോശഫംഗസ് ആണ്. രോഗകാരികളായ ഫംഗസിനങ്ങൾ നിരവധിയാണ്. ഭക്ഷ്യയോഗ്യമായ ഇനം കൂണുകളുമുണ്ട്.

4. സാമ്രാജ്യം പ്ലാന്റേ (Kingdom Plantae)

സസ്യലോകം

ഇതിൽ ബഹുകോശ സസ്യങ്ങളാണ് ഉൾപ്പെടുന്നത്. ക്ലോറോഫിൽ എല്ലാറ്റിലുമുണ്ട്. പ്രകാശസംശ്ലേഷണം വഴി അന്നജം ഉൽപ്പാദിപ്പിക്കുന്നു. ചുവപ്പ്, ബ്രൗൺ, പച്ച ആൽഗകൾ, മോസുകൾ, പന്നൽച്ചെടികൾ, ജിംനോസ്പേമുകൾ, പുഷ്പിക്കുന്ന സസ്യങ്ങൾ എന്നിവ ഉൾപ്പെടുന്നു. ഉറപ്പുള്ള സെല്ലുലോസ് നിർമിത കോശഭിത്തി സസ്യകോശങ്ങളുടെ പ്രത്യേകതയാണ്.

ജീവലോകത്തിലെ ഭക്ഷ്യശൃംഖലയിലെ ഉൽപ്പാദകരാണ് സസ്യങ്ങൾ. ഏതാനും സസ്യങ്ങൾ പരാദജീവിതം നയിക്കുന്നു. വീനസ് ഫ്ളൈട്രാപ്പ്, ബ്ലാഡർവർട്ട് തുടങ്ങിയ സസ്യങ്ങൾക്ക് ഷഡ്പദങ്ങളെ പിടിക്കാനുള്ള അനുകൂലനങ്ങളുണ്ട്.

5. സാമ്രാജ്യം ആനിമാലിയ (Kingdom Animalia)

ബഹുകോശജന്തുക്കൾ എല്ലാം ഇതിന്റെ കീഴിൽവരും. ബഹുകോശ യൂക്കാറിയോട്ടുകളാണെങ്കിലും ക്ലോറോഫിൽ ഇല്ലാത്തതിനാൽ സ്വയം ഭക്ഷണഉൽപ്പാദന ശേഷിയില്ല. ഭക്ഷണത്തിന് നേരിട്ടോ, അല്ലാതയോ സസ്യങ്ങളെ ആശ്രയിക്കുന്നു (hetero trophic nutrition) അധികവും സഞ്ചാരശേഷിയുള്ളവയാണ്. അതുകൊണ്ട് നാഡിവ്യൂഹവും സംവേദന അവയവങ്ങളും സഞ്ചാരത്തിനായുള്ള ശരീരഭാഗങ്ങളും എല്ലാം വികസിച്ചിട്ടുണ്ട്. സ്പോഞ്ചുകൾ പോലുള്ള ജന്തുക്കൾ സ്ഥാനബദ്ധ (sedentary) സ്വഭാവം കാണിക്കുന്നുണ്ട്. ഉയർന്ന ജന്തുക്കളിൽ ശരീരഘടന വളരെ സങ്കീർണമായിട്ടുണ്ട്.

ഈ അഞ്ച് സാമ്രാജ്യങ്ങൾ തമ്മിലുള്ള പരിണാമപരമായ ബന്ധം ചിത്രത്തിൽ കാണിച്ച പ്രകാരമാണ്. മൊണീറയാണ് ഏറ്റവും ആദിമഗ്രൂപ്പ് അതിൽ നിന്ന് പ്രോട്ടിസ്റ്റ ഉണ്ടായി. പ്രോട്ടിസ്റ്റയിൽ നിന്ന് വ്യത്യസ്ത ദിശയിൽ പരിണമിച്ചാണ് മറ്റു ഗ്രൂപ്പുകളുണ്ടായത്

അഞ്ച് സാമ്രാജ്യവർഗീകരണത്തിന്റെ സവിശേഷതകൾ

ഈ വർഗീകരണം ശാസ്ത്രലോകം അംഗീകരിക്കാനുള്ള പ്രധാന കാരണം, ജീവലോകത്തിന്റെ പരിണാമപരമായ ബന്ധം ഇതിൽ പ്രതിഫലിക്കുന്നുവെന്നതിനാലാണ്. ഏതെങ്കിലും ജീവിയുടെ സ്ഥാനത്തെപ്പറ്റി സംശയം ഉണ്ടാവുന്നില്ല. സസ്യകിങ്ഡത്തിൽ പഴയതുപോലെ പ്രോക്കാരിയോട്ടുകൾ, യൂക്കാരിയോട്ടുകൾ, പലതരം പോഷണമുള്ളവ എന്നിവ ഉൾപ്പെടുന്നില്ല.

ജന്തുലോകം

പ്രോക്കാരിയോട്ടുകളും യൂക്കാരിയോട്ടുകളും വെവ്വേറെ സാമ്രാജ്യങ്ങളിലായത് ഇതിന്റെ ഏറ്റവും നല്ല വശമായി കണക്കാക്കാം. ഈ രണ്ടു ഗ്രൂപ്പുകൾ തമ്മിലുള്ള ഘടനാപരമായ വ്യത്യാസങ്ങളും പരിണാമ ലവലിലുള്ള അന്തരവും നോക്കുമ്പോൾ പഴയ രീതിയിൽ ഒന്നിച്ച് വർഗീകരിച്ചത് ഒരിക്കലും ന്യായീകരിക്കാൻ പറ്റില്ല.

ഫംഗസുകൾ മുമ്പ് സസ്യസാമ്രാജ്യത്തിലായിരുന്നു പോഷണരീതിയും പ്രത്യുൽപ്പാദനരീതികളും ഇവയെ സസ്യങ്ങളിൽ നിന്ന് വളരെ വ്യത്യസ്തമാക്കുന്നു. മറ്റൊരു പരിണാമദിശയാണ് ഇവയിൽ കാണാൻ കഴിയുക. ഫംഗസുകളെ പുതിയൊരു സാമ്രാജ്യമായി പരിഗണിക്കുന്നത് തികച്ചും ശാസ്ത്രീയമാണ്.

പുതിയ വർഗീകരണ രീതിയും വിമർശനത്തിനിടയായിട്ടുണ്ട്. താഴെ പറയുന്നവയാണ് പ്രധാനന്യൂനതകളായി ഉയർന്നുവന്നിട്ടുള്ളത്.

1. വൈറസുകൾക്ക് ഈ വർഗീകരണ പദ്ധതിയിൽ സ്ഥാനമില്ല. ജീവികളുടെയും നിർജീവ വസ്തുക്കളുടെയും സ്വഭാവം കാണിക്കുന്നതു കൊണ്ടാണ് അവയെ ഈ വർഗീകരണത്തിന് പരിഗണിക്കാത്തതെന്നു പറയാം. ആദ്യമുണ്ടായിരുന്ന വർഗീകരണ പദ്ധതിയിലും അവയെ ഉൾപ്പെടുത്തിയിരുന്നില്ല.

2. മൊണീറ, പ്രോട്ടിസ്റ്റ ഇവയിൽ ഇപ്പോഴും ഏകരൂപത്വമില്ല. ശരീരഘടന, പോഷണരീതി, പ്രത്യുൽപ്പാദനമാർഗങ്ങൾ ഇവയിൽ വ്യത്യസ്തത പുലർത്തുന്ന ജീവികളുടെ കൂട്ടങ്ങളാണ് ഇവ രണ്ടും.

3. ലൈക്കണുകളെ ഫംജെയിൽ ഉൾപ്പെടുത്തിയതിന് ന്യായീകരണങ്ങൾ കുറവാണ്.

ഇന്ന് ജീവലോകത്ത് അറിയപ്പെടുന്ന ജീവികളുടെ ഗ്രൂപ്പ് തിരിച്ചുള്ള കണക്കുകൾ അധ്യായം 8 ൽ കൊടുത്തിട്ടുണ്ട്. ജീവലോകത്തിലൊന്നും ഉൾപ്പെടാത്ത വൈറസുകൾ എന്ന വിഭാഗത്തിൽ ഏതാണ്ട് 5000 ഇനങ്ങൾ ശാസ്ത്രശ്രദ്ധയിൽ പെട്ടിട്ടുണ്ട്. ഇവയ്ക്ക് ശാസ്ത്രനാമങ്ങളൊന്നും ഇല്ല.

4

പ്രധാന ജന്തുവിഭാഗങ്ങൾ

ജന്തു സാമ്രാജ്യം വൈവിധ്യങ്ങളുടെ ലോകമാണ്. പരിണാമത്തിന്റെ താണപടിയിലുള്ള ജന്തുക്കൾ മുതൽ സങ്കീർണശരീരഘടനയും സ്വഭാവങ്ങളുമുള്ള സസ്തനികളും പക്ഷികളും വരെ ഇതിലുൾപ്പെടുന്നു. ജന്തുക്കൾക്കുള്ള പ്രധാന സവിശേഷതകളായി എടുത്തു പറയാറുള്ളത് ക്ലോറോഫിൽ എന്ന പച്ച വർണകത്തിന്റെ അഭാവവും സസ്യങ്ങളെ ആശ്രയിച്ചുള്ള പോഷണ രീതികളുമാണ്. സഞ്ചാരശേഷി ജന്തുക്കളുടെ പ്രത്യേകതയല്ലേ എന്ന സംശയം തോന്നാം. പക്ഷേ ജീവിതകാലം മുഴുവൻ ഒരേ സ്ഥലത്ത് പറ്റിപ്പിടിച്ചു വളരുന്ന ജന്തുക്കളുണ്ട് എന്നതുകൊണ്ട് ഈ സ്വഭാവം സാർവത്രികമല്ല.

വർഗീകരണശ്രേണി

പ്രധാനജന്തുവിഭാഗങ്ങളെ പരിചയപ്പെടുന്നതിന് മുമ്പ് വർഗീകരണത്തിന്റെ വിവിധ ശ്രേണികളെപ്പറ്റി അറിയുന്നത് നല്ലതാണ്. വർഗീകരണത്തിന്റെ അവസാനത്തെ ശ്രേണി സ്പീഷിസാണ്. ഓരോ ജീവിവർഗവും ഓരോ സ്പീഷിസാണ്. ഉദാ. ചിക്കുൻ ഗുനിയ പരത്തുന്ന ഒരു കൊതുകു സ്പീഷിസാണ് ഏഡിസ് ഈജിപ്തി. ഓരോ സ്പീഷിസിനും രണ്ടു വാക്കുകൾ ചേർന്ന ശാസ്ത്രനാമമുണ്ടാകും. വളരെ അടുത്ത സ്പീഷിസുകൾ ഒരു ജീനസിൽ ഉൾപ്പെടും. ഉദാഹരണമായി ചിക്കുൻ ഗുനിയ പരത്തുന്ന മറ്റൊരു സ്പീഷിസായ ഏഡിസ് ആൽബോപിക്റ്റസും ഏഡിസ് ഈജിപ്തിയും ഒരേ ജീനസിലെ അംഗങ്ങളാണ്. ശാസ്ത്രനാമത്തിലെ ആദ്യത്തെ പേർ ജീനസിന്റെ പേരായിരിക്കും. അടുത്ത ഘട്ട

ത്തിൽ കുറെ സ്വഭാവങ്ങൾ പൊതുവായുള്ള ജീനസുകൾ ചേർന്ന് ഫേമിലിയുണ്ടാവും. ഇതേപോലെ അനേകം ഫേമിലികൾ ചേർന്ന ഓർഡർ, അനേകം ഓർഡറുകൾ ചേർന്ന് ക്ലാസ് എന്നിവയുണ്ടാകും. ഉദാഹരണമായി എല്ലാ ഷഡ്പദങ്ങളും ക്ലാസ് ഇൻസെക്ടയിൽ ഉൾപ്പെടുന്നു. അടുത്ത ഉയർന്ന ലവലായ ഫൈലത്തിൽ അനേകം ക്ലാസുകൾ ഉണ്ടാവും. ഉദാഹരണം ആർത്രോപോഡ എന്ന ഫൈലത്തിൽ ഷഡ്പദങ്ങൾക്കുപുറമെ കൊഞ്ചുകൾ (ക്ലാസ് ക്രസ്റ്റേഷിയ) എട്ടുകാലികൾ (ക്ലാസ് അരാക്നിഡ) എന്നിവയും ഉൾപ്പെടും. ഇതിനുംമുകളിൽ ചിലപ്പോൾ സൂപ്പർക്ലാസ് ഉപ സാമ്രാജ്യം എന്നിവ വരും. എല്ലാം ചേർന്നാണ് ജന്തു സാമ്രാജ്യം.

ഇനി മുകളിൽ നിന്ന് താഴോട്ടുള്ള വിഭജനം നോക്കാം. ജന്തുലോകത്തെ രണ്ട് ഉപസാമ്രാജ്യങ്ങളായി തിരിച്ചിരിക്കുന്നു. ഉപസാമ്രാജ്യം പാരാസോവ (parazoa) ഉപസാമ്രാജ്യം യൂമെറ്റാസോവ (eumetazoa) എന്നിവ യാണവ. പാരസോവയിൽ സ്പോഞ്ചുകൾ എന്നു വിളിക്കുന്ന ജന്തുവിഭാഗമാണുള്ളത്. ശരീരത്തിൽ ടിഷ്യൂകളോ അവയവങ്ങളോ ഇല്ലാത്ത, വെറും കോശങ്ങളുടെ കൂട്ടങ്ങളായി ത്തോന്നുന്ന ശരീരഘടനയാണ് ഇവയ്ക്കുള്ളത്. പോറിഫെറ എന്ന ഒറ്റ ഫൈലം മാത്രമാണ് ഇതിൽ ഉൾപ്പെടുന്നത്. രണ്ടാമത്തെ ഉപസാമ്രാജ്യത്തിൽ ബാക്കിയുള്ള എല്ലാ ജന്തുവിഭാഗങ്ങളും ഉൾപ്പെടുന്നു. ഇവയിൽ ശരീരകോശങ്ങൾ ടിഷ്യൂകൾ എന്ന അവസ്ഥയിൽ രൂപാന്തരപ്പെട്ടിട്ടുണ്ട്. ശരീരഭാഗങ്ങളുടെ വിന്യാസം അനുസരിച്ച് യുമെറ്റാസോവയിൽ രണ്ടുതരം ഘടന കാണാം. ഒരു കൂട്ടർക്ക് റേഡിയൽ സമമിതിയും മറ്റേ വിഭാഗത്തിന് ദ്വിപാർശ്വ സമമിതിയും ആണുള്ളത്. റേഡിയൽ സമമിതിയിൽ ശരീരത്തിന്റെ മധ്യഭാഗത്തുകൂടി കടന്നുപോകുന്ന ഏത് ലൈനിലൂടെ മുറിച്ചാലും കിട്ടുന്ന ഭാഗങ്ങൾ തുല്യമായിരിക്കും. ഏതാണ്ട് ഒരു പൈപ്പിന്റെ അവസ്ഥയാവും ശരീരത്തിന്. ദ്വിപാർശ്വ സമമതിയിൽ മുകളിൽ നിന്ന് കീഴോട്ട്പോകുന്ന ഒറ്റരേഖയിൽ കൂടിയേ ശരീരത്തെ തുല്യഖണ്ഡങ്ങളാക്കാൻ പറ്റൂ. ഉദാഹരണമായി മനുഷ്യന്റെ ശരീരം

പാരാസോവ

തന്നെയെടുക്കാം. ഉയർന്ന ജന്തുവിഭാഗങ്ങളെല്ലാം ദ്വിപാർശ്വസമമിതി ഉള്ള വയാണ്.

യൂമെറ്റാസോവ എന്ന ഉപഫൈലത്തിന്റെ വിഭജനത്തിലേക്ക് തിരിച്ചുവരാം. ഇതിൽ റേഡിയൽ സമമിതിയുള്ളവയെ റേഡിയേറ്റ എന്ന ഡിവിഷനിലും ദ്വിപാർശ്വ സമമിതിയുള്ളവയെ ബൈലാറ്റേറിയ എന്ന ഡിവിഷനിലും ഉൾപ്പെടുത്തിയിരിക്കുന്നു. റേഡിയേറ്റയിൽ നൈഡേറിയ എന്ന ഫൈലം ഉൾപ്പെടുന്നു. ബാക്കിയുള്ള ജന്തുഫൈലങ്ങളെല്ലാം ബൈലാറ്റേറിയയിൽപ്പെടുത്തിയിരിക്കുന്നു. ആകെ 25 ജന്തുഫൈലങ്ങളുള്ളതിൽ 10 എണ്ണം മേജർ ഫൈലങ്ങളാണ്. വളരെ കുറച്ച് ജന്തുക്കൾ മാത്രം ഉൾപ്പെടുന്ന ബാക്കിയുള്ളവ മൈനർ ഫൈലങ്ങളാണ്.

യൂമെറ്റാസോവ

മേജർ ഫൈലങ്ങൾ

1 **ഫൈലം പോറിഫേറ** (porifera): ജന്തുക്കളിൽ ഏറ്റവും പ്രാകൃത ഘടനയുള്ള സ്പോഞ്ചുകളാണ് ഇതിലെ അംഗങ്ങൾ. മിക്കതും കടൽ ജീവികളാണ്. ശരീരം സസ്യങ്ങളെപ്പോലെ സ്ഥിരമായി പാറകളോടോ മറ്റോ പറ്റിപ്പിടിച്ചിരിക്കും. കുറെക്കാലം ഇവയെ സസ്യങ്ങളായാണ് വർഗീകരിച്ചിരുന്നത്. ശരീരത്തിന് പ്രത്യേക സമമിതിയില്ല. കോശങ്ങൾ കൂട്ടമായി കാണപ്പെടുന്നു. ടിഷ്യൂകളായി വിഭേദിതമായിട്ടില്ല. ശരീരത്തിൽ ഒരു കനാൽവ്യൂഹം (Canal system) ഉണ്ട്. ശരീരത്തിലുള്ള നിരവധി സുഷിരങ്ങളിലൂടെ ജലം അകത്തുകടക്കുകയും ഒറ്റ വലിയ ദ്വാരത്തിലൂടെ പുറത്തുപോകുകയും ചെയ്യുന്നു. ഈ ജലപ്രവാഹമാണ് ഭക്ഷണമായുപയോഗിക്കുന്ന ചെറുജീവികളെ അകത്തെത്തിക്കുന്നത്. ഇവയെ പിടിക്കാനായി പ്രത്യേക രൂപാന്തരം വന്ന ഫ്ളാജല്ലങ്ങളുള്ള കോളർ കോശങ്ങൾ കനാൽവ്യൂഹത്തിലുണ്ട്. ശ്വസനം, വിസർജനം, പ്രത്യുൽപ്പാദനം എന്നിവയ്ക്കും കനാൽ വ്യൂഹത്തിലൂടെയുള്ള ജലസഞ്ചാരം സഹായിക്കുന്നു. ശരീരത്തിൽ കൂർത്ത സ്കെൽട്ടൽ വസ്തുക്കളുണ്ട്. പ്രത്യുൽപ്പാദനം അലൈംഗികമായും ലൈംഗികമായും നടക്കും. ശരീരം മുറിഞ്ഞ് ഓരോ ഖണ്ഡവും പൂർണജീവിയായി വളർന്നാണ് അലൈംഗികപ്രത്യുൽപ്പാദനം. അണ്ഡവും ബീജവും ഉൽപ്പാദിപ്പിച്ചാണ് ലൈംഗിക പ്രത്യുൽപ്പാദനം. വികാസഘട്ടത്തിൽ സ്വതന്ത്രമായി സഞ്ചരിക്കുന്ന ലാർവ ഘട്ടങ്ങളുണ്ട്. ഇത് സ്പോഞ്ചുകളുടെ വ്യാപനത്തിന് സഹായിക്കുന്നു.

ഉദാ: സൈക്കോൺ, യൂസ്പോഞ്ചിയ

2. ഫൈലം നൈഡേറിയ (Cnidaria)

ടിഷ്യൂഗ്രേഡിലുള്ള ശരീരഘടനയും റേഡിയൽ സമമിതിയുമാണ് ഈ ഫൈലത്തിന്റെ സവിശേഷ സ്വഭാവങ്ങൾ. ഭ്രൂണവളർച്ചയിൽ രണ്ട് ശരീര പാളികൾ ആണുള്ളത്. എക്റ്റോഡേം, എൻസോഡേം എന്നാണ് ഈ പാളികൾ അറിയപ്പെടുന്നത്. രണ്ടു പാളികളിൽ നിന്നുണ്ടാവുന്ന ശരീരം ദ്വിപ്ലോബ്ലാസ്റ്റികം (diploblastic) എന്നറിയപ്പെടുന്നു. ശരീരത്തിൽ ധാരാളമായി കാണപ്പെടുന്ന ഒരുതരം കോശങ്ങളാണ് നൈഡേറിയ എന്ന പേരു വരാൻ കാരണം. അകത്ത് വിഷം നിറഞ്ഞ ഭാഗങ്ങളും അത് കുത്തി വെക്കാൻ സൂചിപോലെ കൂർത്തഭാഗങ്ങളും ഉള്ള ഈ കോശങ്ങളെ നിഡോബ്ലാസ്റ്റുകൾ (cnidoblasts) എന്ന് വിളിക്കുന്നു. ശരീരത്തിൽ ഗാസ്ട്രോവാസ്കുലാർ കാവിറ്റി എന്ന് പേരുള്ള അന്നനാളം പോലുള്ള ഭാഗമുണ്ട്. ഇത് വായിലൂടെ പുറത്തേക്ക് തുറക്കുന്നു. ഗുദത്തിന് സമാന മായ ദ്വാരമില്ല. ശരീരത്തിന്റെ രണ്ടു പാളികൾക്കിടയ്ക്ക് *മിസോഗ്ലിയ* (mesogloea) എന്ന ജെല്ലി പോലുള്ള വസ്തുവുണ്ട്. പോളിപ്പ്, മെഡൂസ എന്ന രണ്ടുതരം ശരീര രൂപങ്ങളുണ്ട്. ചിലതിൽ രണ്ടും ഒന്നിച്ച് കാണുന്നു. സ്ഥാനബദ്ധരും (sedentary) സ്വതന്ത്രമായി സഞ്ചരിക്കുന്നവയും ഈ ഫൈലത്തിലുണ്ട്. ഹൈഡ്ര, കടൽ ആനിമോണുകൾ എന്നിവ അധിക സമയവും സ്ഥാന ബദ്ധരാണ്. ജെല്ലി മത്സ്യങ്ങൾ സ്വതന്ത്രരായി സഞ്ച രിക്കുന്നു. കോളനികളായി ജീവിച്ച് ഭംഗിയുള്ള അസ്ഥികൂടങ്ങൾ നിർമി ക്കുന്ന പവിഴപ്പുറ്റുകൾ ഈ ജന്തുവിഭാഗത്തിലാണുള്ളത്. ബഡ്ഡിങ് ആണ് സാധാരണ അലൈംഗിക പ്രത്യുൽപ്പാദനരീതി. ഗാമേറ്റുകൾ ഉൽപ്പാദി പ്പിച്ച് ബീജസംയോജനം നടന്ന് ലൈംഗിക പ്രത്യുൽപ്പാദനം നടക്കുന്നു. പലതിലും ഒന്നിലധികം ലാർവൽ സ്റ്റേജുകളുണ്ട്.

ഉദാ: ഒബീലിയ, ഒറീലിയ.

3. ഫൈലം പ്ലാറ്റിഹെർമിൻതെസ് (platyhelminthes)

ഇവ പരന്ന വിരകൾ എന്നാണ് അറിയപ്പെടുന്നത്. ശരീരത്തിന്റെ പൃഷ്ഠഭാഗവും (dorsal) അധരഭാഗവും (ventral) ചേർന്ന് പരന്ന നില യിലാണ്. ദ്വിപാർശ്വസമമിതിയാണ് പ്ലാറ്റിഹെൽമിൻതുകൾക്കുള്ളത്. ഭ്രൂണവളർച്ചയിൽ മൂന്ന് സ്തരങ്ങൾ രൂപപ്പെടുന്നുണ്ട്. എക്റ്റോഡേം, എൻഡോഡേം, മിസോഡോം എന്നിവയാണ് ഈ സ്തരങ്ങൾ. മൂന്ന് സ്തരങ്ങളിൽ നിന്ന് ശരീരം രൂപപ്പെടുന്നതിനാൽ ട്രിപ്രോബ്ലാസ്റ്റിക് (triplo-blastic) ജന്തുക്കൾ എന്ന് ഇവയെ വിശേഷിപ്പിക്കാം. ശരീരത്തിനകത്ത് കാവിറ്റി ഇല്ലാത്ത ജന്തുക്കളാണിവ. ദഹന വ്യവസ്ഥയിൽ വായ്, ഗ്രസനി എന്നിവയ്ക്ക് പുറമെ ശാഖകൾ ഉള്ള കുടൽ ഭാഗവുമുണ്ട്. ഗുദ ഭാഗം ഇല്ല. പരാദങ്ങളിൽ ദഹനാവയവങ്ങളേ ഇല്ല. നാഡീവ്യൂഹം, സംവേദന അവയവങ്ങൾ, വിസർജനവ്യൂഹം (excretory system) എന്നിവയുണ്ട്. സ്വതന്ത്രമായി ജീവിക്കുന്നവ ഇരകളെ വായിലൂടെ അകത്തേക്കെടു

ക്കുന്നു. പരാദങ്ങൾ ജീവിക്കുന്ന ചുറ്റുപാടിൽ നിന്ന് ഭക്ഷണം ശരീരത്തിലേക്ക് വലിച്ചെടുക്കുന്നു. പ്രത്യുൽപ്പാദനം ലൈംഗിക, അലൈംഗിക രീതികളിൽ നടക്കുന്നു.

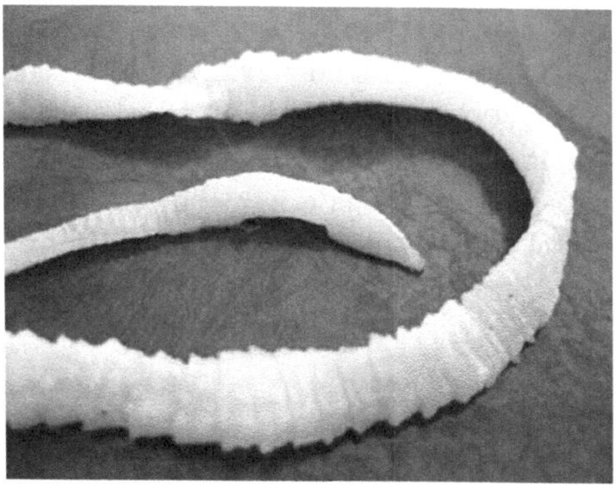
നാട വിര

പ്ലാനേറിയ എന്ന പരന്ന വിര സ്വതന്ത്രമായി ജീവിക്കുന്ന ജന്തുവാണ്. ഫാഷിയോള ആടിന്റെ കരളിൽ പരാദജീവിയാണ്. ടീനിയ എന്ന നാടവിരയുടെ രണ്ടു സ്പീഷിസുകൾ (ടീ. സോളിയം, ടീ. സാജിനാറ്റ) മനുഷ്യന്റെ കുടലിൽ പരാദജീവിതം നയിക്കുന്നു. പരാദങ്ങളുടെ ജീവിതചക്രം സങ്കീർണമാണ്. ഒന്നിലധികം ആതിഥേയരിലൂടെ കടന്നുപോയാണ് ജീവിത ചക്രം പൂർത്തിയാവുന്നത്. ഉദാഹരണമായി ടീ. സോളിയത്തിന് മനുഷ്യനും പന്നിയും ആതിഥേയരാണ്. ടീ. സാജിനാറ്റക്ക് പന്നിയുടെ സ്ഥാനത്ത് കന്നുകാലികളാണ് ആതിഥേയരായി പ്രവർത്തിക്കുന്നത്.

4. ഫൈലം നെമാത്തെൽമിൻതെസ് (Nemathelminthes)

ഉരുളൻ വിരകൾ (round worms) ഉൾപ്പെടുന്ന ഫൈലമാണിത്. നെമറ്റോഡ് വിരകൾ എന്നും ഇവയ്ക്ക് പേരുണ്ട്. സ്വതന്ത്രമായി ജീവിക്കുന്നവയും പരാദങ്ങളുമുണ്ട്. ശരീരം കുറുകെ മുറിച്ചാൽ വൃത്താകൃതിയിലായിരിക്കും. ദ്വിപാർശ്വസമമിതിയാണ് ഇവയ്ക്കുള്ളത്. ട്രിപ്ലോബ്ലാസ്റ്റിക് ശരീരമാണ് പരന്ന വിരകൾക്കും ഉള്ളത്. ശരീരത്തിൽ ആദ്യമായി ദഹനേന്ദ്രിയങ്ങൾക്കും ശരീരഭിത്തിക്കും ഇടയിൽ ഒരു കാവിറ്റി പ്രത്യക്ഷപ്പെടുന്നു. ഇവയുടെ ശരീര കാവിറ്റിയെ സ്യൂഡോസീൽ (pseudoceal) എന്നാണ് പറയുക. ഭ്രൂണാവസ്ഥയിൽ ബ്ലാസ്റ്റുല ഘട്ടത്തിലെ ബ്ലാസ്റ്റോസീൽ വികസിച്ചാണ് സ്യൂഡോസീൽ ഉണ്ടാവുന്നത്. ദഹനവ്യവസ്ഥ, വായ, ഗ്രസനി, കുടൽ, ഗുദം എന്നീ ഭാഗങ്ങളുള്ളതാണ്. നാഡീവ്യവസ്ഥ, വിസർജനവ്യവസ്ഥ ഇവയും

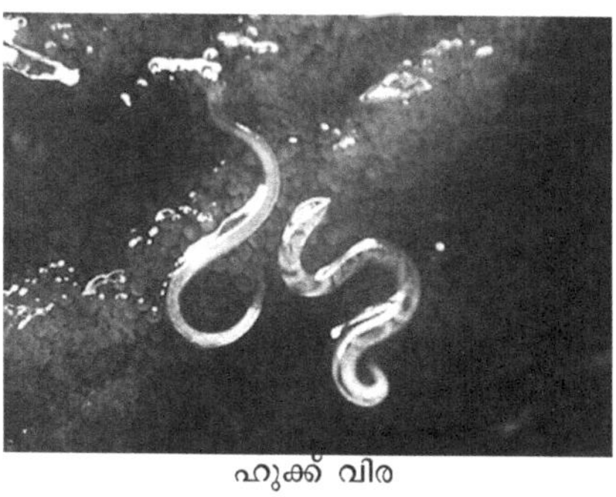
ഹുക്ക് വിര

വികസിച്ചിട്ടുണ്ട്. ആണും പെണ്ണും വെവ്വേറെ കാണപ്പെടുന്നു. ലൈംഗികരീതിയിലാണ് പ്രത്യുൽപ്പാദനം. ശരീരത്തിന് പുറത്ത് ക്യൂട്ടിക്കിൾ എന്ന കട്ടിയേറിയ ആവരണമുണ്ട്.

മണ്ണിലും ജലത്തിലും നിരവധി നെമറ്റോഡുകളെ കണ്ടുവരുന്നു. സസ്യങ്ങളിൽ പരാദജീവിതം നയിക്കുന്ന നിരവധി ജന്തുക്കളുണ്ട്. മനുഷ്യനിൽ പരാദങ്ങളായി അനേകം നെമറ്റോഡുകളുണ്ട്. അസ്കാരിസ് (സാധാരണ ഉരുളൻ വിര) വ്യൂച്ചറേറിയ (ഫൈലേറിയൽവിര) അൻകൈലൊസ്റ്റോമ (ഹുക്ക് വിര) എന്ററോബിയസ് (പിൻവേം) എന്നിവ സാധാരണ പരാദങ്ങളാണ്. വ്യൂച്ചറേറിയ ലിംഫ് നാളികളിൽ കണ്ടുവരുന്നു. മന്തുണ്ടാക്കുന്നത് ഈ വിരയാണ്. ഹുക്ക് വിര നേരിട്ട് രക്തം കുടിക്കുന്നവിരയാണ്.

5. ഫൈലം അനലിഡ (Annelida)

മണ്ണിരപോലുള്ള ജന്തുക്കളാണ് ഈ ഫൈലത്തിൽ ഉൾപ്പെടുന്നത്. ശരീരം ഖണ്ഡങ്ങളായി വിഭജിച്ചിട്ടുണ്ട്. ശരീര കാവിറ്റി സീലോം (coelom) എന്ന പേരിലാണ് അറിയപ്പെടുന്നത്. ഇത് ഭ്രൂണവികാസത്തിൽ മീസോഡേം എന്ന മധ്യഭാഗത്തുള്ള സ്തരത്തിൽ നിന്നാണുണ്ടാവുന്നത്. ദ്വിപാർശ്വ സമമിതിയാണ് അനലിഡുകൾക്കുള്ളത്. ശരീരഭിത്തിയിൽ നീളത്തിലും കുറുകെയും രണ്ടുതരം പേശികളുണ്ട്. സീറ്റെ എന്ന് പേരുള്ള സൂചിപോലുള്ള ഭാഗങ്ങൾ ശരീര ഭിത്തിയിൽ നിന്ന് പുറത്തേക്ക് തള്ളിനിൽക്കുന്നു. ഇവ ഉപയോഗിച്ചാണ് സഞ്ചാരം. എന്നാൽ ഈ ഫൈലത്തിൽ

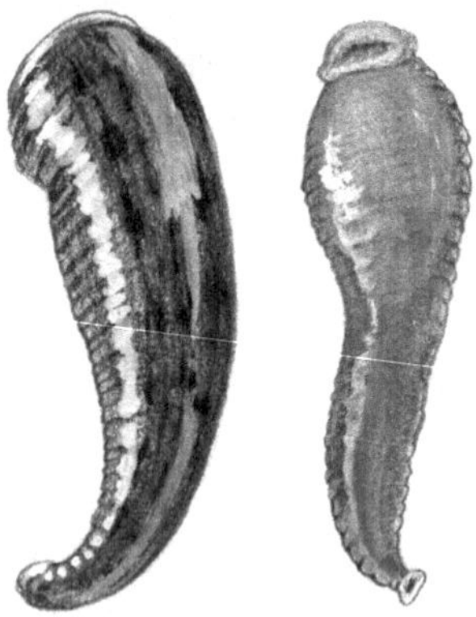

അട്ട

ഉൾപ്പെടുന്ന അട്ട (leech) കൾക്ക് സീറ്റകളില്ല. ദഹനേന്ദ്രിയവ്യൂഹം പൂർണമാണ്. പൂർണമായും അടഞ്ഞ രക്തപര്യയനവ്യൂഹം (closed circulation) ആദ്യമായി പ്രത്യക്ഷപ്പെടുന്നത് ഈ ഫൈലത്തിലാണ്. (രക്തം എപ്പോഴും കുഴലുകൾക്കുള്ളിൽ മാത്രം നിൽക്കുന്ന രക്തപര്യയനമാണിത്) ദഹനേന്ദ്രിയങ്ങൾക്ക് മുകളിലും താഴെയുമായി രണ്ട് പ്രധാന രക്തക്കുഴലുകളുണ്ട്. നാഡീവ്യൂഹത്തിൽ തലയിൽ മുകൾഭാഗത്ത് തലച്ചോറും, ശരീരത്തിന്റെ അധരഭാഗത്ത് (ventral side) നീളത്തിൽ ഇരട്ട നാഡികളുണ്ട്. തലച്ചോറും ഈ നാഡികളും തമ്മിൽ യോജിപ്പിക്കുന്നത് ഈസോഫാഗസിന്റെ ഇരുവശത്തും കൂടി പോകുന്ന രണ്ട് നാഡികളാണ്. മണ്ണിര, അട്ട ഇവ ഉഭയലിംഗി (hermaphordites) കളാണ്.

ഉദാ: നീരിസ്, ഫെറാറ്റിമ (ഒരിനം മണ്ണിര) ഹൈറുഡിനിയ (കുളയട്ട)

6. ഫൈലം ആർത്രോപോഡ (Arthropoda)

ജന്തുലോകത്തിലെ ഏറ്റവും വലിയ ഫൈലമാണിത്. ഷഡ്പദങ്ങൾ, കൊഞ്ചുകൾ, എട്ടുകാലി, തേൾ, പഴുതാര, തേരട്ട എന്നിവ ഇതിലെ അംഗങ്ങളാണ്. ഖണ്ഡങ്ങൾ കൂടിച്ചേർന്ന കാലുള്ളവ എന്നാണ് 'ആർത്രോപോഡ' എന്ന വാക്കിനർഥം. സീലോം, ദിപാർശ്വസമമിതി, ട്രിപ്ലോബ്ലാസ്റ്റിക് സ്വഭാവം എന്നിവയുള്ള ഗ്രൂപ്പാണിത്. കൈറ്റിൻ എന്ന വസ്തു കൊണ്ട് നിർമിതമായ ഒരു ബാഹ്യകവചം (exoskeleton) ഇവയ്ക്കുണ്ട്. ശരീരം ഖണ്ഡങ്ങളായിട്ടുള്ളതാണ്. ശരീരത്തെ തല, ഉരസ് (thorax), ഉദരം (abdoman) എന്നിങ്ങനെ വിഭജിക്കാം. ഷഡ്പദങ്ങളിൽ ഇവ മൂന്നും വെവ്വേറെത്തന്നെ നിൽക്കുന്നു. പക്ഷേ കൊഞ്ചുകൾ, ഞണ്ടുകൾ ഇവയിൽ തലയും ഉരസും യോജിച്ച നിലയിലാണ്. ഷഡ്പദങ്ങളുടെ ഉരസിൽ മൂന്ന് ജോഡി കാലുകളുണ്ട്. മിക്കതിലും രണ്ടു ജോഡി ചിറകുകൾ ഉരസിലുണ്ട്. മറ്റു ഗ്രൂപ്പുകളിൽ കാലുകളുടെ എണ്ണത്തിൽ വ്യത്യാസമുണ്ട്. ആർത്രോപോഡുകളുടെ തലയിൽ വദനഭാഗങ്ങളുണ്ട്. ശ്വസനവ്യവസ്ഥ, നാഡീവ്യവസ്ഥ ഇവ നന്നായി വികസിച്ചിട്ടുണ്ട്. ശ്വസനാവയവങ്ങളിൽ ട്രാക്കിയ, ഗില്ലുകൾ, ബുക്ക്ലംഗുകൾ എന്നിവയുൾപ്പെടുന്നു. മാൽപീജിയൻ ട്യൂബ്യൂളുകൾ, ഗ്രീൻ ഗ്രന്ഥികൾ എന്നിവയാണ് വിസർജനാവയവങ്ങൾ. കണ്ണുകളിൽ ഒറ്റ നേത്രങ്ങളും സംയുക്തനേത്രങ്ങളും (compound eyes) ഉൾപ്പെടും. രക്തപര്യയന വ്യൂഹം തുറന്ന (open) തരത്തിൽ പെട്ടതാണ്. രക്തം രക്തക്കുഴലുകളിൽ മാത്രം ഒതുങ്ങിനിൽക്കുന്നില്ല.

ഞണ്ട്

ആണും പെണ്ണും വെവ്വേറെയാണ്. ബീജസങ്കലനം മാതാവിന്റെ ശരീരത്തിൽവെച്ചോ പുറത്തു

ചെമ്മീൻ

വെച്ചോ നടക്കുന്നു. ഉയർന്ന ഷഡ്പദങ്ങളിൽ പ്യൂപ്പ, ലാർവ അവസ്ഥക ളുണ്ട്. തേളുകൾ കുഞ്ഞുങ്ങളെ പ്രസവിക്കുന്നു.

ഉദാ: ബൂത്തസ് (തേൾ) ക്യാൻസർ (സാധാരണഞണ്ട്) പെരിപ്ലാനറ്റ (കൂറ/പാറ്റ) പെനെയസ് (ചെമ്മീൻ)

7. ഫൈലം മൊളസ്ക (Mollusca)

ജന്തുലോകത്തിലെ രണ്ടാമത്തെ വലിയ ഫൈലമാണിത്. ടിപ്ലോബ്ലാസ്റ്റിക, സീലോമേറ്റ, ദ്വിപാർശ്വസമമിതി ജീവികളാണ് ഇവയും. ശരീരം മൃദുലമാണ്. ഇത് മിക്കതിലും ഒരു ഷെല്ലിനകത്തായി സംരക്ഷിക്കപ്പെടുന്നു. ശംഖുപോലുള്ളവയിൽ ചുരുണ്ട രൂപത്തിലുള്ള ഒറ്റഷെല്ലാണുള്ളത്. ബൈവാൽവുകൾ എന്ന വിഭാഗത്തിൽ രണ്ട് ഷെല്ലുകളുണ്ട്. രണ്ടിലധികം ഷെല്ലുള്ളവയും അകത്ത് ഷെല്ലുള്ളവയും മൊളസ്കുകളിലുണ്ട്. ശരീരം, തല, പാദഭാഗം, വിസറൽഹംപ് (visceral hump) എന്നിങ്ങനെ വിഭജിക്കപ്പെട്ടിരിക്കുന്നു. ശരീര ത്തെ പൊതിഞ്ഞ് മാന്റിൽ എന്ന ചർമ ഭാഗവുമുണ്ട്. ഇതാണ് ഷെൽ നിർമിക്കുന്നത്. ശ്വസനാവയവങ്ങൾ ഗില്ലുകളാണ്. തലയിൽ ടെന്റക്കിളുകളുണ്ട്. ചില ഗ്രൂപ്പുകളിൽ കണ്ണുകൾ വികസിച്ചിട്ടുണ്ട്. പൊതുവെ പതുക്കെ സഞ്ചരിക്കുന്ന സ്വഭാവക്കാരാണെങ്കിലും നീരാളികൾ സ്ക്വിഡുകൾ എന്നിവ വളരെ വേഗത്തിൽ സഞ്ചരിക്കും. നട്ടെല്ലില്ലാത്ത ജീവികളിൽ ഏറ്റവും വലുത് ആർകിട്യൂത്തിസ് എന്ന സ്ക്വിഡാണ്. സ്ഥിരമായി ഒരു സ്ഥലത്ത് പറ്റിപിടിച്ചു വളരുന്നവയും ഉണ്ട്.

മൈറ്റിലസ് (കല്ലുമ്മൽക്കായ) പൈല, ഒക്ടോപസ് (നീരാളി) സാങ്കസ് (ശംഖ്) എന്നിവ മൊളസ്കുകൾക്കുദാഹരണമാണ്.

9. ഫൈലം എക്കിനോഡെർമാറ്റ (echinodermata)

തൊലിയിൽ സ്പൈനുകൾ (കൂർത്തഭാഗങ്ങൾ) ഉള്ളവയെന്നാണ് എക്കിനോഡെർമാറ്റ എന്ന വാക്കിനർഥം. ടിപ്ലോബ്ലാസ്റ്റിക, സീലോമേറ്റ് ജന്തുക്കളാണ് ഇവ. പക്ഷേ സമമിതി 5 അക്ഷങ്ങളിലൂടെയുള്ള റേഡിയൽ സമമിതിയാണ്. ഇതിനെ പെന്റാമിറസ് റേഡിയൽ സമമിതി എന്നാണ് സൂചിപ്പിക്കുക. സാധാരണ നക്ഷത്ര മത്സ്യങ്ങൾ, കടൽലില്ലികൾ, കടൽ വെള്ളരിക്കകൾ എന്നിവ ഈ ഫൈലത്തിലെ അംഗങ്ങളാണ്. കടൽലില്ലികൾ സസ്യങ്ങളെപോലെ സ്ഥിരമായി ഒരു സ്ഥലത്ത് പറ്റിപിടിച്ച് നിൽക്കുന്നു. മറ്റുള്ളവയ്ക്ക് ചലനശേഷിയുണ്ട്. എല്ലാ എക്കിനോഡെർമാറ്റു

സ്റ്റാർ ഫിഷ്

കളും കടൽ ജന്തുക്കളാണ്. പ്ലേറ്റ് പോലുള്ള കാത്സ്യം കാർബണേറ്റ് കവചം എല്ലാറ്റിനുമുണ്ട്. സീലോമുമായി ബന്ധപ്പെട്ടുള്ള വാട്ടർ വാസ്കുലാർ സിസ്റ്റം ഈ ഫൈലത്തിന്റെ സവിശേഷ സ്വഭാവമാണ്. കുറെ കനാലുകളും പുറത്തേക്കുന്തിനിൽക്കുന്ന ട്യൂബ്പാദങ്ങളും (tube feet) ചേർന്നതാണ് ഈ വ്യൂഹം. സഞ്ചാരത്തിനും ഭക്ഷണ ശേഖരണത്തിനും വേണ്ടി ഇത് ഉപയോഗപ്പെടുത്തുന്നു. രക്തപര്യയനവ്യൂഹം, നാഡീവ്യൂഹം ഇവ പ്രാകൃത അവസ്ഥയിലാണ്. വിസർജനത്തിന് പ്രത്യേക അവയവങ്ങളില്ല. ആൺ, പെൺ വ്യത്യാസമുണ്ട്. ജലത്തിൽവച്ച് ബീജസങ്കലനം നടക്കുന്നു. ദ്വിപാർശ്വസമമിതിയുള്ള ലാർവകൾ ഉണ്ട്.

ഉദാ: അസ്ടീരിയാസ് (സ്റ്റാർമത്സ്യം)
എക്കൈനസ് (കടൽ-അർച്ചിൻ)
കുക്കുമേറിയ (കടൽ വെള്ളരി)
ആന്റിഡോൺ (കടൽ ലില്ലി)

10. ഫൈലം കോർഡേറ്റ (chordata)

നോട്ടോകോർഡ് ഉള്ള ജന്തുക്കൾ ആയതിനാലാണ് ഫൈലത്തിന് ഈപേർ നൽകിയിട്ടുള്ളത്. മനുഷ്യനടക്കമുള്ള ഉയർന്ന ജന്തുക്കൾ ഉൾപ്പെടുന്ന ഈ ഫൈലത്തിൽ ആദിമഘടനയുള്ള നട്ടെലില്ലാത്ത കുറച്ച് ജന്തുക്കൾ കൂടി അടങ്ങിയിട്ടുണ്ട്. മൂന്ന് അടിസ്ഥാന സ്വഭാവങ്ങളാണ് ഈ ഫൈലത്തിലെ അംഗങ്ങൾക്ക് പൊതുവായുള്ളത്.

(1) ശരീരത്തിന്റെ പൃഷ്ഠഭാഗത്തുള്ള നോട്ടോകോർഡ്. ഉയർന്ന കോർഡേറ്റുകളിൽ ഇത് നട്ടെല്ല് ആയി രൂപാന്തരപ്പെട്ടിട്ടുണ്ട്. ആദിമഘടനയുള്ള കോർഡേറ്റുകളിൽ നോട്ടോകോർഡ് മാറ്റമില്ലാതെ നിലനിൽക്കുന്നു.

(2) പൃഷ്ഠ ഭാഗത്തുള്ള ട്യൂബ്പോലുള്ള നാഡീവ്യൂഹം. ഈ നാഡീവ്യൂഹത്തിന്റെ ആദ്യഭാഗം തലച്ചോറായും ശേഷിച്ച ഭാഗം സ്പൈനൽനാഡിയും ആയി വിഭേദനം വന്നിട്ടുണ്ട്.

(3) ഗ്രസനി (pharynx) ഭാഗത്തുള്ള ഗിൽദ്വാരങ്ങൾ. അന്നനാളത്തിന്റെ ആദ്യഭാഗമാണ് ഗ്രസനി. ഇതിന്റെ വശങ്ങളിലേക്ക് നിരവധി ജോഡി ഗിൽ ദ്വാരങ്ങൾ കാണാം. മത്സ്യങ്ങൾ ആദിമകോർഡേറ്റുകൾ ഇവയിൽ ഗിൽദ്വാരങ്ങൾ പ്രൗഢജീവികളിലും നിലനിൽക്കുന്നുണ്ട്. ഉയർന്ന ജന്തുക്കളിൽ ഭ്രൂണവളർച്ചയിൽ ഒരു ഘട്ടത്തിൽ ഇവ പ്രത്യക്ഷപ്പെട്ട് പിന്നീട് ഇല്ലാതാവുന്നു.

കോർഡേറ്റുകളെ മൂന്ന് ഉപഫൈലങ്ങളായി വർഗീകരിക്കുന്നു. നോട്ടോകോർഡും ഗിൽദ്വാരങ്ങളും പ്രകൃതാവസ്ഥയിൽ നിലനിൽക്കുന്നവയെ സെഫലോകോർഡേറ്റ എന്ന ഉപഫൈലത്തിൽ ഉൾപ്പെടുത്തിയിരിക്കുന്നു. ഉദാ: ആംഫിയോക്സസ്. നോട്ടോകോർഡ് വാലറ്റത്തുമാത്രം ശേഷിച്ച ജന്തുക്കൾ യൂറോകോർഡേറ്റ എന്ന ഉപഫൈലത്തിൽ പെടുന്നു. (ഉദാ: അസീഡിയ). ഈ രണ്ട് ഗ്രൂപ്പുകളും ചേർത്ത് പ്രോട്ടോകേർഡേറ്റുകൾ എന്ന് പറയാറുണ്ട്. മൂന്നാമത്തെ ഉപഫൈലമാണ് വെർട്ടിബ്രാറ്റ ഇതിൽ നോട്ടോകോർഡിന്റെ സ്ഥാനത്ത് നട്ടെല്ല് ആണുള്ളത്.

ജന്തുക്കളെ നട്ടെല്ലില്ലാത്തവ (invertebrates) നട്ടെല്ലുള്ളവ (vertebrates) എന്ന് തിരിക്കാറുണ്ട്. കോർഡേറ്റ് എന്ന ഫൈലത്തിലെ രണ്ട് ഉപഫൈലങ്ങളിൽ ഉള്ള ജീവികൾ നട്ടെലില്ലാത്തവയാണ്. ഇതോടൊപ്പം മറ്റുള്ള ഫൈലങ്ങളെല്ലാം ചേരും. വെർട്ടിബ്രേറ്റ എന്ന ഗ്രൂപ്പിൽപ്പെടുന്ന ജീവികൾ മാത്രമാണ് നട്ടെല്ലുള്ളവ. ഒരു ഫൈലത്തിൽ വരുന്ന ജന്തുക്കളെ രണ്ട് ഗ്രൂപ്പുകളാക്കുന്നതിനാൽ ഈ വിഭജനം അശാസ്ത്രീയമാണ്.

വെർട്ടിബ്രാറ്റ എന്ന ഉപഫൈലത്തിൽ താടിയില്ലാത്ത മത്സ്യങ്ങളെ ഏനാത്ത (Agnatha) എന്ന വിഭാഗത്തിലും ബാക്കിയുള്ള ജന്തുക്കളെ *നാത്തോസ്റ്റോമാറ്റ* (gnathostomata) എന്ന വിഭാഗത്തിലുംപെടുത്തിയിട്ടുണ്ട്. വട്ടത്തിലുള്ള വായാണ് ഏനാത്ത ഗ്രൂപ്പിലുള്ള അംഗങ്ങൾക്കുള്ളത്. കീഴ്ത്താടി, മേൽത്താടി എന്ന വിഭജനമില്ല. ഉദാ: പെട്രോമൈസോൺ, മിക്സിൻ എന്നീ ജന്തുക്കൾ.

താടിയുള്ള വെർട്ടിബ്രാറ്റുകളിൽ മത്സ്യങ്ങൾ, ഉഭയജീവികൾ, ഉരഗങ്ങൾ പക്ഷികൾ, സസ്തനികൾ എന്നീ പരിചിത ജന്തുക്കളാണുള്ളത്. ഉഭയജീവികൾ മുതൽക്കുള്ളവയ്ക്ക് നാലു കാലുകളുള്ളതുകൊണ്ട് ഇവയെ ടെട്രാപോഡ എന്ന സൂപ്പർ ക്ലാസിലും മത്സ്യങ്ങളെ പിസസ് എന്ന സൂപ്പർ ക്ലാസിലുമായി ഉൾപ്പെടുത്തുന്നു. മത്സ്യങ്ങളിൽ തന്നെ കാർട്ടിലേജ് മത്സ്യങ്ങൾ, അസ്ഥിമത്സ്യങ്ങൾ എന്നീ രണ്ട് ഉപവിഭാഗങ്ങളുണ്ട്.

സസ്തനികളിൽപ്പെടുന്ന പ്രൈമേറ്റ്സ് എന്ന ഓർഡറിലാണ് മനുഷ്യന്റെ സ്ഥാനം.

5

ജീവന്റെ ഉത്ഭവവും പരിണാമസിദ്ധാന്തവും

ഭൂമി ഉത്ഭവിച്ച കാലത്ത് ജീവൻ ഉണ്ടായിരിക്കാൻ വിദൂരമായ സാധ്യത പോലുമില്ല. വളരെ ഉയർന്ന താപനിലയിൽ ജീവികളുടെ ശരീരത്തിൽ ഉള്ള തന്മാത്രകൾ മിക്കതും വിഘടിച്ചുപോകും. മാത്രവുമല്ല ജീവന്റെ പ്രവർത്തനങ്ങളെല്ലാം ജലത്തെ അടിസ്ഥാനമാക്കിയാണ്. ഭൂമിയുടെ താപനില കുറഞ്ഞ് ജലം ദ്രവരൂപത്തിൽ കെട്ടിനിൽക്കാൻ തുടങ്ങിയ അവസ്ഥയിൽ ജീവൻ നിലനിൽക്കാനുള്ള ഭൗതികസാഹചര്യങ്ങൾ ഉണ്ടായി എന്ന് അനുമാനിക്കാം. ജീവന്റെ ഉത്ഭവത്തെപ്പറ്റി വിവരം ലഭിക്കാനുതകുന്ന തെളിവുകളൊന്നും പ്രകൃതി ബാക്കിവെച്ചിട്ടില്ല. ഇന്നത്തെ ജീവികളെപ്പറ്റിയുള്ള അറിവും, ഫോസിൽ തെളിവുകളും പരീക്ഷണങ്ങളിലൂടെ ലഭിച്ച വിവരങ്ങളും വെച്ച് ശാസ്ത്രജ്ഞർ തികച്ചും യുക്തിസഹമായ നിഗമനങ്ങളിൽ എത്തിച്ചേർന്നിട്ടുണ്ട്.

ആദ്യകാലസിദ്ധാന്തങ്ങൾ

മതങ്ങളും ആദിസമൂഹങ്ങളും ജീവൻ എന്ന പ്രതിഭാസത്തെ വിശദീകരിക്കാൻ ശ്രമിച്ചിരുന്നു. മനുഷ്യൻ വിശേഷ സൃഷ്ടിയാണെന്ന ധാരണയും ആദ്യകാലം മുതലേ നിലനിന്നു. ദൈവം എന്ന സങ്കൽപ്പത്തെ അടിസ്ഥാനമാക്കിയുള്ള സൃഷ്ടിസങ്കൽപ്പങ്ങൾ എല്ലാ മതത്തിന്റെയും ഭാഗമായിരുന്നു. സൃഷ്ടിയെ ഒരു ടൈംടേബിൾ രൂപത്തിൽ അവതരിപ്പിച്ചത് ക്രിസ്തുമതമാണ്. ജീവന്റെ ഉൽപ്പത്തിയെപ്പറ്റി മതത്തിന്റെ പിൻബലമില്ലാത്ത സിദ്ധാന്തങ്ങളും ആദ്യകാലത്തുണ്ടായിരുന്നു.

(1) പ്രത്യേകസൃഷ്ടിവാദം

ദൈവം ഇന്നുള്ള അവസ്ഥയിൽ തന്നെ ജീവികളെ സൃഷ്ടിച്ചു എന്നാണ് *ബൈബിൾ* പ്രസ്താവിക്കുന്നത്. മതസഭകളുടെ അനിഷേധ്യ സ്വഭാവവും ശിക്ഷാസമ്പ്രദായങ്ങളും എല്ലാം കാരണം 19 –ാം നൂറ്റാണ്ടുവരെ ഈ സിദ്ധാന്തം ചോദ്യംചെയ്യപ്പെടാതെ നിലനിന്നു. പരിണാമസിദ്ധാന്തവും തുടർന്നുണ്ടായ ശാസ്ത്രവളർച്ചയും ശാസ്ത്രത്തെയും മതത്തെയും രണ്ടു തട്ടിലാക്കി. ശ്രദ്ധേയമായ ഒട്ടേറെ സംവാദങ്ങളും സൃഷ്ടിവാദത്തെ മങ്ങലേൽപ്പിച്ചു. ഇന്നാരും ഈ വാദത്തെ കാര്യമായെടുക്കുന്നില്ല.

ചാൾസ് ഡാർവിൻ

(2) സ്വയം ജനനസിദ്ധാന്തം (spontaneous generation)

ഗ്രീക്കുപണ്ഡിതന്മാരുടെ കാലം മുതൽ ഏതാണ്ട് പത്തൊമ്പതാം നൂറ്റാണ്ടുവരെ ജീവനില്ലാത്ത വസ്തുക്കളിൽ നിന്ന് ജീവികൾ ഉണ്ടാവും എന്ന വിശ്വാസം നിലനിന്നു. തവളയും അട്ടയും എലിയും എല്ലാം ഇങ്ങനെ ഉണ്ടാവും എന്ന് വിശ്വസിക്കാൻ പലരും തയാറായി. ആദ്യകാലത്തെ സഞ്ചാരികൾ നിറം പിടിപ്പിച്ച നുണകൾ പ്രചരിപ്പിച്ചിരുന്നു. പക്ഷികളും മറ്റും മരങ്ങളിൽ നിന്ന് ഉണ്ടാവുന്നത് കണ്ടതുപോലെ അവർ വിവരിച്ചു. ഈച്ചകൾ മരങ്ങളുടെ കായ്കൾക്കുള്ളിൽ തനിയെ ഉണ്ടാവും എന്ന് വിശ്വസിക്കുന്നവർ നമ്മുടെ നാട്ടിലുമുണ്ടല്ലോ.

17–ാം നൂറ്റാണ്ടിൽ റീഡി എന്ന ശാസ്ത്രജ്ഞൻ പ്രശസ്തമായ ഒരു പരീക്ഷണം നടത്തി. രണ്ട് ഭരണികളിൽ മാംസകഷ്ണങ്ങൾവെച്ചു. ഒന്നിന്റെ വായ നേരിയ കമ്പിവലകൊണ്ട് മൂടിക്കെട്ടി. കുറെ ദിവസം കഴിഞ്ഞപ്പോൾ വായ മൂടിക്കെട്ടാത്ത പാത്രത്തിൽ മാത്രം പുഴുക്കളുണ്ടായി. ഈച്ചകൾ മുട്ടയിട്ടാണ് പുഴുക്കളുണ്ടാവുന്നതെന്ന് ഇത് തെളിയിച്ചു. കമ്പി വല കൊണ്ടു മൂടിയ പാത്രത്തിലെ മാംസത്തിൽ ഈച്ചകൾക്ക് എത്താൻ സാധിച്ചില്ല. ഈ പരീക്ഷണം കഴിഞ്ഞിട്ടും സൂക്ഷ്മജീവികൾ തനിയെയുണ്ടാവും എന്ന വിശ്വാസം നിലനിന്നു. ഇതും തെറ്റാണെന്ന് തെളിയിച്ചത് ലൂയി പാസ്റ്ററാണ്. പകുതിജലം നിറച്ച രണ്ടു ഫ്ളാസ്കുകളിൽ പഞ്ചസാരയും യീസ്റ്റും ചേർത്തശേഷം ഒന്നിന്റെ കഴുത്ത് 'S' ആകൃതിയിൽ വളച്ചെടുത്തു. രണ്ടു ഫ്ളാസ്കുകളിലെയും മിശ്രിതം നന്നായി തിളപ്പിച്ചു. കഴുത്തുവളച്ച ഫ്ളാസ്കിലെ ജലത്തിൽ കുറെ ദിവസം കഴിഞ്ഞിട്ടും സൂക്ഷ്മജീവികൾ വളർന്നില്ല. അതേസമയം മറ്റേ ഫ്ളാസ്കിൽ ധാരാളമായി കാണപ്പെടുകയും ചെയ്തു. താറാവിന്റെ കഴുത്ത് ആകൃതിയിലാക്കിയ ഫ്ളാസ്കിലേക്ക് വായുവിലെ സൂക്ഷ്മജീവികൾക്ക് എത്താൻ പറ്റാത്തതാണ് കാരണം. പുറത്തുനിന്ന് വന്ന സൂക്ഷ്മജീവി

ലൂയി പാസ്റ്റർ

കൾ ഫ്ളാസ്കിൽ പെരുകുകയായിരുന്നെന്ന് പാസ്റ്റർ തെളിയിച്ചു. ഇതോടെ സ്വയം ജനനസിദ്ധാന്തം തന്നെ ഇല്ലാതായി.

3. അന്യഗ്രഹങ്ങളിൽ നിന്ന് ജീവൻ

ജീവൻ അന്യഗ്രഹങ്ങളിൽ നിന്നോ പ്രപഞ്ചത്തിന്റെ മറ്റേതോ ഭാഗത്തുനിന്നോ സൂക്ഷ്മരൂപത്തിൽ ഭൂമിയിലെത്തിച്ചേർന്നതാവാമെന്ന് ഈ സിദ്ധാന്തം പറയുന്നു. ജീവന്റെ ഉത്ഭവം ഭൂമിക്ക് പുറത്തേക്ക് മാറ്റാമെന്നല്ലാതെ എങ്ങനെയുണ്ടായി എന്ന് ഇത് വിശദീകരിക്കുന്നില്ല. ലഭ്യമായ അറിവുവെച്ച് സൗരയൂഥത്തിലെ മറ്റ് ഗ്രഹങ്ങളിലൊന്നും ജീവനില്ല. മറ്റു വിദൂര നക്ഷത്രങ്ങളെ ചുറ്റുന്ന ഗ്രഹങ്ങളിൽ ജീവനുണ്ടെങ്കിൽ തന്നെ അനേകം ലക്ഷം വർഷങ്ങൾ സ്പേസിലൂടെ സഞ്ചരിച്ചാലേ ഭൂമിയിലെത്താൻ പറ്റൂ. സ്പേസിലെ തണുപ്പും വികിരണങ്ങളും താങ്ങാൻ ഇവയ്ക്ക് കഴിയും എന്ന് വിശ്വസിക്കാൻ വേണ്ടത്ര തെളിവുകളില്ല.

ബയോകെമിക്കൽ സിദ്ധാന്തം

ആധുനികശാസ്ത്രം ജീവന്റെ ഉത്ഭവം വിശദീകരിക്കുന്നത് ബയോകെമിക്കൽ ഉത്ഭവം എന്ന സിദ്ധാന്തത്തിലൂടെയാണ്. ഡാർവിൻ തന്റെ സിദ്ധാന്തത്തിൽ ജീവന്റെ ഉത്ഭവം സംബന്ധിച്ച പ്രശ്നങ്ങൾ വിശദീകരിക്കാൻ ശ്രമിച്ചിട്ടില്ല. ഡാർവിന്റെ മരണശേഷം 1922 ഒപാരിൻ എന്ന റഷ്യൻ ശാസ്ത്രജ്ഞനാണ് ജീവന്റെ ഉത്ഭവത്തെ ഒരു സിദ്ധാന്തത്തിലൂടെ വിശദീകരിക്കാൻ ശ്രമിച്ചത്. ജെ ബി എസ് ഹാൽഡേൻ എന്ന ഇംഗ്ലീഷ് ശാസ്ത്രജ്ഞനും ഇതിന് സമാനമായ സിദ്ധാന്തം ആവിഷ്കരിച്ചു. ഈ കാലത്ത് ജനിതകപഠനങ്ങൾ ശൈശവാവസ്ഥയിലായിരുന്നു. DNA, RNA തുടങ്ങിയ തന്മാത്രകളുടെ പ്രാധാന്യം അറിവായിരുന്നില്ല. മില്ലർ എന്ന ശാസ്ത്രജ്ഞൻ ഈ വാദഗതികൾക്ക് പരീക്ഷണങ്ങളിലൂടെ തെളിവുകൾ നൽകി. പല ശാസ്ത്രജ്ഞരുടേയും

സ്റ്റാൻലി മില്ലർ

സംഭാവനകൾ ചേർന്നാണ് ജീവന്റെ ഉത്ഭവത്തെപ്പറ്റിയുള്ള ബയോകെമിക്കൽ സിദ്ധാന്തം ഇന്നുള്ള രൂപത്തിലായത്.

ഭൂമിയുടെ ആദ്യകാലത്തെ പ്രത്യേകസാഹചര്യങ്ങളിൽ അന്നുള്ള രാസപരവും ഭൗതികവുമായ പ്രവർത്തനങ്ങളുടെ ഫലമായി ജീവന്റെ ആദ്യരൂപങ്ങൾ ഉണ്ടായെന്നും കോടിക്കണക്കിന് വർഷങ്ങളിലൂടെയുള്ള മാറ്റം ജീവന്റെ ഉയർന്ന രൂപങ്ങൾ ഉണ്ടാവാൻ കാരണമായി എന്നുമാണ് ഈ സിദ്ധാന്തത്തിന്റെ ചുരുക്കം. കോടിക്കണക്കിന് വർഷങ്ങളെടുത്താണ് ജീവന്റെ മൗലികസ്വഭാവങ്ങളുള്ള ആദ്യകോശങ്ങളുണ്ടായത്.

സിറിൽ പൊന്നെമ്പെരുമ

ഭൂമിയുടെ ഉത്ഭവവും ആദ്യകാലത്തെ അവസ്ഥയും സംബന്ധിച്ച് ലഭ്യമായ അറിവുകൾ പരിശോധിക്കാം. സോളാർ നെബുല എന്ന ഗ്യാസ് മേഘം (gaseous cloud) സ്വന്തം ആകർഷണംകൊണ്ട് സങ്കോചിച്ച് മധ്യഭാഗം ചൂടുപിടിച്ച് സൂര്യൻ ആയിത്തീർന്നു എന്നും ചുറ്റും ഗ്രഹങ്ങൾ രൂപപ്പെട്ടെന്നും ആണ് സൗരയൂഥത്തിന്റെ ഉത്ഭവം സംബന്ധിച്ച് അംഗീകൃതമായ സിദ്ധാന്തം. ആദ്യഘട്ടത്തിൽ ഭൂമിയുടെ താപനില 5000–6000°C ആയിരുന്നു. ഈ താപനിലയിൽ എല്ലാ മൂലകങ്ങളും വാതകാവസ്ഥയിലായിരുന്നു. ഉയർന്ന ചൂടിൽ ഹൈഡ്രജൻ, ഓക്സിജൻ, നൈട്രജൻ, കാർബൺ, ലോഹങ്ങൾ എന്നിവ അന്യോന്യം പ്രവർത്തിച്ച് മീതേൻ, വിവിധ ഓക്സൈഡുകൾ, ലോഹകാർബൈഡുകൾ, ലോഹങ്ങളുടെ നൈട്രൈഡുകൾ എന്നിവയുണ്ടായി. സ്വതന്ത്രമായ ഓക്സിജൻ അന്തരീക്ഷത്തിൽ അന്നുണ്ടായിരുന്നില്ല. ഹൈഡ്രജനാകട്ടെ ധാരാളമുണ്ടായിരുന്നു. ഹൈഡ്രജൻ മറ്റുള്ളവയുമായി പ്രവർത്തിച്ച് ജലം, അമോണിയ, സയനാമൈഡുകൾ എന്നിവയുണ്ടായി. എല്ലാം ഉയർന്ന താപനിലയിൽ വാതകാവസ്ഥയിൽ നിലനിന്നു.

ഭൂമി പതുക്കെ തണുത്തുവന്നപ്പോൾ ഖരവസ്തുക്കളും ദ്രാവകങ്ങളും രൂപപ്പെട്ടു. അന്തരീക്ഷത്തിലുള്ള നീരാവി തണുത്ത് മഴയായി താഴോട്ടു പതിച്ചു. ഭൂമിയിൽ പതിക്കും മുമ്പ് വീണ്ടും നീരാവിയായി മേലോട്ടുപോയി. ലക്ഷക്കണക്കിന് വർഷങ്ങൾ നീണ്ടു നിന്ന ഈ ആദിമ മഴ ഭൂമിയുടെ താപനില വീണ്ടും കുറച്ചു. മഴ അവസാനം ഭൂമിയിൽ പതിക്കാൻ തുടങ്ങി. ആദ്യമായി കടലുകളും പുഴകളും തടാകങ്ങളും രൂപപ്പെട്ടു. അന്തരീക്ഷത്തിലെ അമോണിയ, മീതേൻ ഇവയും മിനറലുകളും സമുദ്രജലത്തിൽ അലിഞ്ഞുചേർന്നു. ഓസോൺ പാളിയൊന്നും

ഇല്ലാത്തതിനാൽ റേഡിയേഷൻ തടസമില്ലാതെ ഭൂമിയിൽ പതിച്ചുകൊണ്ടിരുന്നു. മേഘാവൃതമായ അന്തരീക്ഷത്തിൽ ഇടിമിന്നലുകൾ എപ്പോഴും തുടർന്നുകൊണ്ടിരുന്നു.

ഭൂമിയുടെ താപനില കുറഞ്ഞു വന്ന ഘട്ടത്തിൽ CH, CH_2 എന്നീ സ്വതന്ത്രറാഡിക്കലുകൾ തമ്മിൽ പ്രവർത്തിച്ച് നീണ്ട ചങ്ങലകളുള്ള ഹൈഡ്രോ കാർബൺ തന്മാത്രകൾ ഉണ്ടായി. ഉയർന്ന ഊഷ്മാവിൽ നീരാവിയുമായി ഇവ പ്രവർത്തിച്ച് ആൽഡിഹൈഡുകൾ, കീറ്റോണുകൾ, ആസിഡുകൾ എന്നിവ ഉണ്ടായി.

ഹൈഡ്രോകാർബണുകൾ, അമോണിയ, ജലം എന്നിവ അന്നു നിലനിന്നിരുന്ന റേഡിയേഷൻ, വൈദ്യുതശക്തി (ഇടിമിന്നൽ), അൾട്രാവയലറ്റ് രശ്മികൾ എന്നിവയുടെ സാന്നിധ്യത്തിൽ പ്രതിപ്രവർത്തിച്ച് പഞ്ചസാരകൾ, അമിനോ അമ്ലങ്ങൾ, പ്യൂരിനുകൾ, പിരിമിഡൈനുകൾ, കൊഴുപ്പമ്ലങ്ങൾ എന്നിവ ഉണ്ടായിട്ടുണ്ടാവാമെന്ന് ശാസ്ത്രജ്ഞർ സങ്കൽപ്പിക്കുന്നു. ഇതെല്ലാം നടന്നത് കടലിലാണ്. കടൽ അന്ന് 'ചൂടുള്ള ഗാഢത കുറഞ്ഞ സൂപ്പ്' ആയിരിക്കണം എന്ന് ഹാൾഡേൺ സങ്കൽപ്പിച്ചു. ക്രമേണ ഇത്തരം തന്മാത്രകൾ തമ്മിൽ പ്രവർത്തിച്ച് കൂടുതൽ സങ്കീർണമായ ന്യൂക്ലിക് ആസിഡുകളും, ന്യൂക്ലിയോ പ്രോട്ടീനുകളും രൂപപ്പെട്ടിരിക്കണം. സ്വതന്ത്രമായി ജീവിക്കുന്ന ജീനുകളുടെ സ്വഭാവം ഈ സങ്കീർണ തന്മാത്രകൾക്കുണ്ടാവും. ഉദാഹരണമായി സ്വയം വിഭജിക്കുവാനുള്ള ശേഷി. ഇന്നത്തെ വൈറസുകളുടെ അവസ്ഥ. ഈ ഘട്ടത്തെ പ്രോട്ടോ വൈറസ് എന്നാണ് ശാസ്ത്രജ്ഞർ വിശേഷിപ്പിക്കുന്നത്.

ജീവപരിണാമം

രാസപരിണാമപരമായുണ്ടായ പ്രോട്ടോവൈറസ് അവസ്ഥ സ്വതന്ത്രമായി നിലനിൽക്കുന്നകോശങ്ങളിൽ നിന്ന് വളരെ പിറകിലാണ്. ജീവികളുടെ കോശങ്ങളുടെ ആദ്യരൂപത്തെ കോ ആസർവേറ്റ് (coacervate) എന്നാണ് ശാസ്ത്രജ്ഞർ വിളിക്കുന്നത്. പലതരം ന്യൂക്ലിയോ പ്രോട്ടീനുകളും മറ്റ് ജൈവ, അജൈവ തന്മാത്രകളും ഒന്നിച്ചുചേർന്നതും ലിപിഡ് സ്തരത്താൽ ചുറ്റപ്പെട്ടതുമായ രൂപങ്ങളാണ് കോആസർവേറ്റുകൾ. ചുറ്റുമുള്ള ജലത്തെയും അകത്തുള്ള വസ്തുക്കളെയും ലിപിഡ്സ്തരം വേർതിരിച്ചു. അകത്തുള്ള വസ്തുക്കൾക്ക് എൻസൈമുകളുടെ സഹായത്തോടെ രാസമാറ്റങ്ങൾ സംഭവിക്കും. പുറത്തുനിന്ന് തന്മാത്രകളെ അകത്തേക്ക് വലിച്ചെടുക്കാനും കഴിയും. പുറത്തെ സ്തരം സാവധാനം പ്ലാസ്മാസ്തരമായി രൂപാന്തരപ്പെട്ടിരിക്കണം. അകത്തെ ഘടന ന്യൂക്ലിയസില്ലാത്ത ഒരു കോശത്തിന്റെ രൂപത്തിലേക്ക് മാറി. ഇന്നത്തെ ബാക്ടീരിയങ്ങളുടെ ഏകദേശഘടനയാണിത്. ഓക്സിജൻ ഇല്ലാത്ത ശ്വസനരീതിയും ചുറ്റുപാടിൽ നിന്ന് ഭക്ഷണം വലിച്ചെടുക്കുന്ന സ്വഭാവവും ഇവയ്ക്കുണ്ടായിരിക്കണം. പിന്നീട് ഇവയിൽ ചിലതിന് പ്രകാശസംശ്ലേഷണത്തിനുള്ള കഴിവ് വന്നപ്പോഴാണ് അന്തരീക്ഷത്തിൽ ഓക്സിജൻ ഉണ്ടായത്. ഈ

ഘട്ടത്തിൽ അവായവീയ ശ്വസനമുള്ള ജീവികളിൽ നിന്ന് വായവീയ ശ്വസനമുള്ളവ പരിണമിച്ചുണ്ടായി. ഓക്സിജൻ മീതേനും, അമോണിയയുമായി പ്രവർത്തിച്ച് ഹൈഡ്രജൻ സ്വതന്ത്രമായി. ഈ മാറുന്ന അവസ്ഥയ്ക്കനുകൂലമായി ആദ്യജീവികൾ പരിണമിക്കുകയും ന്യൂക്ലിയസുള്ള ഏകകോശജീവികളും തുടർന്ന് ബഹുകോശജന്തുക്കളും സസ്യങ്ങളും പരിണമിച്ചുണ്ടാവുകയും ചെയ്തു.

ബയോകെമിക്കൽ സിദ്ധാന്തവും പരീക്ഷണങ്ങളും

ഭൂമിയുടെ ആദ്യകാലത്തുണ്ടായിരുന്ന അവസ്ഥ കൃത്രിമമായി സൃഷ്ടിച്ചാൽ സങ്കീർണമായ ജൈവതന്മാത്രകൾ ഉണ്ടാവും എന്ന് പരീക്ഷണങ്ങളിൽ തെളിഞ്ഞിട്ടുണ്ട്. 1953 ൽ സ്റ്റാൻലി മില്ലർ നടത്തിയ പരീക്ഷണങ്ങൾ വളരെ പ്രശസ്തമാണ്. നീരാവി, മീതേൻ, അമോണിയ, ഹൈഡ്രജൻ എന്നിവ നിറച്ച് സ്പാർക് ചേംബറിൽ രണ്ട് ഇലക്ട്രോഡുകൾ ഉപയോഗിച്ച് തുടർച്ചയായി വൈദ്യുതസ്ഫുലിംഗമുണ്ടാക്കി. ഈ ചേംബർ മറ്റൊരു ഫ്ളാസ്കുമായി ട്യൂബ് വഴി യോജിപ്പിച്ചു. ഇതിൽ ജലം ചൂടാക്കി നീരാവിയാക്കാനുള്ള സംവിധാനമുണ്ടായിരുന്നു. സ്പാർക് ചേംബറിന്റെ മറ്റേവശം തണുപ്പിക്കാനുള്ള കണ്ടൻസറുമായി ഘടിപ്പിച്ചിരുന്നു. ഇതിന് കീഴെയുള്ള കളക്റ്റിങ് ട്യൂബ് ജലം ചൂടാക്കുന്ന ഫ്ളാസ്കിന്റെ വശങ്ങളിലേക്ക് ഘടിപ്പിച്ചു. ഏതാണ്ട് 18 ദിവസങ്ങൾ തുടർച്ചയായി പരീക്ഷണം തുടർന്നപ്പോൾ അമിനോ അമ്ലങ്ങൾ, ചില കൊഴുപ്പ് ആസിഡുകൾ, യൂറിയ ഇവയുണ്ടായതായി കണ്ടെത്തി. ആദിമഭൂമിയിലുണ്ടായിരുന്ന വാതകങ്ങളാണ് ഫ്ളാസ്കിലുണ്ടായിരുന്നത്. വൈദ്യുതചാർജ് അന്നത്തെ മിന്നൽ പിണറിന് സമാനമാണ്. ജീവന്റെ ഉത്ഭവത്തിലെ ആദ്യഘട്ടങ്ങളെപ്പറ്റിയുള്ള ധാരണകൾക്ക് ഈ പരീക്ഷണം തെളിവ് നൽകുന്നുണ്ട്.

തുടർന്ന് മീതേൻ, ഹൈഡ്രജൻ, ജലബാഷ്പം, നൈട്രജൻ ഇവ ഉപയോഗിച്ചപ്പോൾ യുറാസിൽ എന്ന ന്യൂക്ലിയോടൈഡ് ഉണ്ടായി. മറ്റു ചില പരീക്ഷണങ്ങളിൽ പഞ്ചസാരകൾ രൂപപ്പെട്ടു. 1963 ൽ ശ്രീലങ്കൻ ശാസ്ത്രജ്ഞനായ സിറിൽ പൊന്നമ്പെരുമ മില്ലറുടെ പരീക്ഷണം വിദ്യുച്ഛക്തിക്ക് പകരം അൾട്രാവയലറ്റ് രശ്മികൾ ഉപയോഗിച്ച് നടത്തിയപ്പോൾ അമിനോ അമ്ലങ്ങൾക്കു പുറമേ പഞ്ചസാരകൾ, തയാമിൻ, സൈറ്റോസിൻ എന്നീ നൈട്രജൻ ബേസുകൾ എന്നിവയും ഉണ്ടായതായി കണ്ടെത്തി. ആദിമകോശങ്ങൾ രൂപപ്പെടാനുള്ള എല്ലാ ഘടകങ്ങളും അന്നത്തെ കടലിൽ രൂപപ്പെട്ടിരിക്കാം എന്നതിന് ഈ പരീക്ഷണങ്ങൾ ശക്തമായ തെളിവുകൾ നൽകുന്നു.

ഇന്നത്തെ അവസ്ഥയിൽ ഇത്തരത്തിൽ ജീവകോശങ്ങൾ രൂപപ്പെടുക തീർത്തും അസാധ്യമാണ്. ഉണ്ടാവുമ്പോഴേക്കും അവയെ ഏതെങ്കിലും ജീവികൾ ആഹാരമാക്കിയിരിക്കും. കൂടാതെ തുടർച്ചയായ വൈദ്യുതചാർജും റേഡിയേഷനും അൾട്രാവയലറ്റ് രശ്മികളും ഇന്ന് ഭൂമിയിലില്ല. താപനിലയും ഇത്തരം രാസപ്രവർത്തനങ്ങൾക്ക് അനുകൂലമല്ല.

ജീവികളുടെ പരിണാമം

ജീവലോകത്തിലെ വൈവിധ്യവും ജീവികൾ തമ്മിലുള്ള സാദൃശ്യങ്ങളും വൈജാത്യങ്ങളുമെല്ലാം വ്യക്തമാക്കുന്നതാണ് പരിണാമം എന്ന സങ്കൽപ്പം. ജീവികൾ ഏറ്റവും ലഘുവായ ഏകകോശഘടനയിൽ നിന്ന് ഘട്ടംഘട്ടമായി പല ദിശകളിൽ പരിണമിച്ചാണ് ഇന്നുള്ള സസ്യങ്ങളും ജന്തുക്കളുമെല്ലാം ഉണ്ടായത് എന്ന് ഇത് വ്യക്തമാക്കുന്നു. പരിണാമപരമായി അടുത്ത് നിൽക്കുന്ന വിഭാഗങ്ങൾ തമ്മിൽ ഏറ്റവും സാദൃശ്യം കാണിക്കും. പരിണാമം എന്ന സങ്കൽപ്പമില്ലാതെ ജീവലോകത്തിൽ രൂപത്തിലും ജനിതകഘടനയിലും ശരീരപ്രവർത്തനത്തിലുമുള്ള സാദൃശ്യങ്ങളെ വിശദീകരിക്കാൻ സാധ്യമല്ല.

പരിണാമം എങ്ങനെ സംഭവിക്കുന്നു എന്നതിന് ആദ്യമായി തൃപ്തികരമായ ഉത്തരം നൽകിയത് ചാൾസ് ഡാർവിൻ ആണ്. പ്രകൃതിനിർധാരണം എന്ന പ്രതിഭാസംകൊണ്ടാണ് പുതിയ ജീവിവർഗങ്ങൾ ഉണ്ടാവുന്നത് എന്നദ്ദേഹം വ്യക്തമാക്കി. ജീവികൾ മാറുന്നു എന്ന പരിണാമആശയം വളരെ മുമ്പേതന്നെയുണ്ടായിരുന്നു. സസ്യങ്ങൾ, സസ്യങ്ങൾ പോലുള്ള ജന്തുക്കൾ, മറ്റു ജന്തുക്കൾ, മനുഷ്യർ എന്നിങ്ങനെയുള്ള പരിണാമത്തെ അരിസ്റ്റോട്ടിൽ സങ്കൽപ്പിച്ചിരുന്നു. കുറേക്കാലം പരിണാമചിന്തയ്ക്ക് കാര്യമായ പുരോഗതിയൊന്നും ഉണ്ടായില്ല. 1806 ൽ ലാമാർക്ക് പുതിയൊരു പരിണാമസിദ്ധാന്തം ആവിഷ്കരിച്ചു. ഓരോ ജീവിയും അതിന്റെ ജീവിതകാലത്ത് ആർജിക്കുന്ന സ്വഭാവങ്ങൾ അടുത്ത തലമുറയിലേക്ക് കൈമാറും എന്നും കാലക്രമേണ പുതിയ സ്പീഷിസുകളുണ്ടാവും എന്നും അദ്ദേഹം സിദ്ധാന്തിച്ചു. 'ആർജിതസ്വഭാവങ്ങളുടെ പാരമ്പര്യം' എന്നാണ് ഇത് അറിയപ്പെടുന്നത്. പരീക്ഷണഫലങ്ങളും നിരീക്ഷണങ്ങളുമൊന്നും ഈ സിദ്ധാന്തത്തെ അനുകൂലിച്ചില്ല. ശാസ്ത്രലോകം പരിഹാസത്തോടെ ലാമാർക്കിസം തള്ളിക്കളഞ്ഞു.

ഡാർവിൻ സിദ്ധാന്തം

ഡാർവിന്റെ പരിണാമസിദ്ധാന്തം 1959 ൽ ആണ് പുറത്തുവന്നത്. *ഓൺ ദ ഒറിജിൻ ഓഫ് സ്പീഷിസ് ബൈ നാച്ചുറൽ സെലക്ഷൻ* എന്ന പ്രശസ്തമായ ഗ്രന്ഥത്തിലാണ് ഈ സിദ്ധാന്തം ഉള്ളത്. വാലസ് എന്ന ശാസ്ത്രജ്ഞനുമായി ചേർന്നാണ് ഈ സിദ്ധാന്തം രൂപപ്പെടുത്തിയത്. ഇതിന് തൊട്ടുമുമ്പ് 22 വർഷത്തോളം ജന്തുക്കളേയും സസ്യങ്ങളേയും ഡാർവിൻ സൂക്ഷ്മമായി പഠിച്ചു. എച്ച് എം എസ് ബീഗിൾ എന്ന കപ്പലിൽ സഞ്ചരിച്ച് കുറെക്കാലം ജീവികളെപ്പറ്റി പഠിക്കുകയും ചെയ്തിരുന്നു. ഗാലപ്പാഗോസ് എന്ന ദ്വീപിൽ നിരീക്ഷിച്ച കുരുവികളുടെ പ്രത്യേകതകൾ ഈ സിദ്ധാന്തരൂപീകരണത്തിന് പ്രേരകമായിട്ടുണ്ട്. പരിണാമസിദ്ധാന്തം ജീവശാസ്ത്രത്തിൽ ഒരു വിപ്ലവം തന്നെ സൃഷ്ടിച്ചു. ഒന്നരനൂറ്റാണ്ടായിട്ടും പരിണാമവാദികളും മതവിശ്വാസികളും തമ്മിലുള്ള ഏറ്റുമുട്ടൽ ഇന്നും തുടരുന്നു. മതവിശ്വാസികളെ പ്രകോപിപ്പിക്കലോ അവരുമായി ഏറ്റുമുട്ടലോ തികച്ചും

ശാന്തശീലനായിരുന്ന ഡാർവിൻ ഉദ്ദേശിച്ചിരുന്നില്ല. ശാസ്ത്രത്തോടുള്ള അടങ്ങാത്ത അഭിനിവേശമായിരുന്നു അദ്ദേഹത്തെ നയിച്ചിരുന്നത്.

ഡാർവിന്റെ സിദ്ധാന്തം താഴെപ്പറയുന്ന ഘടകങ്ങൾ ഉൾക്കൊള്ളുന്നതാണ്.

(1) ഓരോ സ്പീഷിസിലും കാണുന്ന സ്വഭാവ വ്യതിയാനങ്ങൾ (variations)
(2) ഉയർന്ന തോതിലുള്ള പ്രത്യുൽപ്പാദന നിരക്ക്
(3) നിലനിൽപ്പിനുവേണ്ടിയുള്ള പോരാട്ടം
(4) പ്രകൃതിനിർധാരണവും അർഹതയുള്ളവരുടെ അതിജീവനവും
(5) പുതിയ സ്പീഷിസുകളുടെ ഉത്ഭവം

(1) സ്വഭാവ വ്യതിയാനങ്ങൾ

ജന്തുക്കളിലും സസ്യങ്ങളിലും വളരെയധികം സ്വഭാവവ്യതിയാനങ്ങൾ അല്ലെങ്കിൽ വിഭേദനങ്ങൾ (variations) ഡാർവിൻ നിരീക്ഷിച്ചു. ഇവ എങ്ങനെയുണ്ടാവുന്നു, എങ്ങനെ അടുത്ത തലമുറയിലേക്ക് സംക്രമിക്കുന്നു എന്നൊന്നും ഡാർവിൻ വിശദീകരിച്ചില്ല. (പാൻജീൻ എന്ന താൽക്കാലിക സങ്കൽപ്പം അദ്ദേഹം രൂപപ്പെടുത്തിയിരുന്നെങ്കിലും ഇതിന് ശാസ്ത്രീയമായി യാതൊരു തെളിവും ഇല്ലായിരുന്നു. പിന്നീട് ശാസ്ത്രലോകം ഇതിനെ പൂർണമായും തള്ളിക്കളയുകയും ചെയ്തു). പാരമ്പര്യതത്വങ്ങളും ജീനുകളും എല്ലാം കണ്ടെത്തുന്നത് കുറേക്കാലംകൂടി കഴിഞ്ഞാണ്. ഇതേപോലെ ചില വിഭേദനങ്ങൾ പരിസ്ഥിതി ഘടകങ്ങൾ സ്വാധീനിച്ചുണ്ടാവുന്നതാണ്. അടുത്ത തലമുറയിലേക്ക് സംക്രമിക്കുന്നതും അല്ലാത്തതുമായ വിഭേദനങ്ങൾ തിരിച്ചറിയാനും ഡാർവിന് കഴിഞ്ഞില്ല. മനുഷ്യൻ പ്രകൃതിയിൽ അനുകൂലമായ വിഭേദനങ്ങളെ കൃത്രിമമായി തെരഞ്ഞെടുത്തു കാർഷിക വിളകളും വളർത്തുമൃഗങ്ങളും നന്നാക്കിയെടുക്കുന്ന കാര്യം അദ്ദേഹം നിരീക്ഷിച്ചു. അതേസമയം വന്യാവസ്ഥയിൽ ജീവികളിലുണ്ടാവുന്ന വിഭേദനങ്ങൾ പരിണാമത്തിന്റെ അസംസ്കൃത വസ്തുക്കളാണെന്ന് അദ്ദേഹം കണ്ടെത്തി.

(2) ഉയർന്ന പ്രത്യുൽപ്പാദന നിരക്ക്

ജീവികൾ അവയുടെ തുടർന്നുള്ള നിലനിൽപ്പിനാവശ്യമുള്ളതിന്റെ അനേകമടങ്ങ് സന്തതികളെ ഉൽപ്പാദിപ്പിക്കുന്നു എന്ന് ഡാർവിൻ നിരീക്ഷിച്ചു. ഉദാഹരണമായി പരിചിത ജന്തുവായ മുയലിന്റെ കാര്യമെടുക്കാം. ഒരു പ്രസവത്തിൽ ശരാശരി 6 കുഞ്ഞുങ്ങളുണ്ടാവും. കൊല്ലത്തിൽ നാലു പ്രാവശ്യം പ്രസവം. കുഞ്ഞുങ്ങൾ ആറുമാസംകൊണ്ട് പ്രായപൂർത്തിയാവും. ഒരു ജോഡി മുയലുകളുടെ സന്തതികളെല്ലാം ജീവിക്കുകയും ഇതേപോലെ പ്രത്യുൽപ്പാദനം നടത്തുകയും ചെയ്താൽ ചുരുങ്ങിയ കാലംകൊണ്ട് ലക്ഷക്കണക്കിന് പിൻഗാമികളുണ്ടാവും. പാരമേ

സിയം എന്ന ഏകകോശജീവിയുടെ കണക്ക് ശാസ്ത്രജ്ഞർ തയാറാക്കിയിട്ടുണ്ട്. 48 മണിക്കൂറിനുള്ളിൽ മൂന്ന് പ്രാവശ്യം വിഭജനം നടക്കും. ഒരു പാരമേസിയത്തിന്റെ പിൻഗാമികളെല്ലാം നാശമില്ലാതെ ബാക്കിയായാൽ 5 കൊല്ലം കഴിഞ്ഞാൽ അവയുടെ വ്യാപ്തം ഭൂമിയുടെ 10,000 മടങ്ങായിരിക്കും. ഇനി ഏറ്റവും കുറഞ്ഞ പ്രത്യുൽപ്പാദനനിരക്കുള്ള ആനയുടെ കാര്യമെടുക്കാം. 30–ാം വയസിലേ പ്രായപൂർത്തിയാവൂ. 100 കൊല്ലത്തെ ജീവിതകാലത്തിനിടയ്ക്ക് 6 സന്തതികളേ പെണ്ണാനയ്ക്കുണ്ടാവൂ എന്ന രീതിയിൽ കണക്കെടുത്താൽ ഒരു ജോഡി ആനകൾക്ക് 750 കൊല്ലം കഴിയുമ്പോൾ എല്ലാ സന്തതികളും അതിജീവിക്കുന്ന സ്ഥിതിയുണ്ടെങ്കിൽ 19 ദശലക്ഷം പിൻഗാമികളുണ്ടാവും. ലക്ഷക്കണക്കിന് മുട്ടയിടുന്ന മത്സ്യങ്ങളും മൊളസ്കുകളുമുണ്ട്. കൊല്ലത്തിൽ ആയിരക്കണക്കിന് മുട്ടയിടുന്ന തവളകളുടെ എല്ലാ സന്തതികളും അതിജീവിച്ചാൽ ഏതാനും വർഷങ്ങൾ കഴിഞ്ഞാലുള്ള സ്ഥിതി സങ്കൽപ്പിച്ചുനോക്കൂ.

(3) നിലനിൽപ്പിനുവേണ്ടിയുള്ള പോരാട്ടം

എല്ലാ ജീവികൾക്കും പ്രകൃതിയിൽ ചില അടിസ്ഥാന ആവശ്യങ്ങളുണ്ട്. ആവാസസ്ഥലം, ഭക്ഷണം തുടങ്ങിയവയാണ് ഈ ആവശ്യങ്ങൾ. ഇതെല്ലാം നിലനിൽപ്പിന് പരിമിതികളാവുന്നതിനാൽ ജീവികളുടെ എണ്ണം അനന്തമായി വർധിക്കാൻ പറ്റില്ല. ഓരോ സ്പീഷിന്റെയും എണ്ണം നിശ്ചിത പരിധിയിൽ നിർത്തുന്നത് ഭക്ഷണവും സ്ഥലവും തീർക്കുന്ന പരിമിതികളാണ്. എണ്ണം കൂടുമ്പോൾ ഭക്ഷണത്തിനും ആവാസസ്ഥലത്തിനും വേണ്ടി ജീവികൾ തമ്മിൽ നിരന്തരമായ സമരമാണ്. ഈ മത്സരം ഒരേ സ്പീഷിസിൽപ്പെട്ട അംഗങ്ങൾ തമ്മിലോ വ്യത്യസ്ത സ്പീഷിസുകൾ തമ്മിലോ ആവാം. പ്രകൃതിശക്തികൾക്കെതിരെയും (ഉദാ: ചൂട്, തണുപ്പ്, വരൾച്ച, വെള്ളപ്പൊക്കം) ജീവികൾ മൽസരിക്കേണ്ടിവരാറുണ്ട്.

(4) അർഹതനുള്ളവയുടെ അതിജീവനം

നിലനിൽപ്പിനുവേണ്ടിയുള്ള പോരാട്ടത്തിൽ ജയിക്കുന്നത് കൂടുതൽ അനുകൂലന സ്വഭാവമുള്ളവയാണെന്ന് ഡാർവിൻ വ്യക്തമാക്കി. ഭക്ഷണം പരിമിതമാണെങ്കിൽ അത് ശേഖരിക്കുന്നതിൽ കഴിവ് കൂടുതലുള്ളവ അതിജീവിക്കുകയും ബാക്കിയുള്ളവ പട്ടിണികിടക്കേണ്ടിവരികയും ചെയ്യും. ഇരകളാവുന്ന ജീവികളാണെങ്കിൽ ഓടാനുള്ള ശേഷികുറഞ്ഞവയും സംവേദനശേഷികുറഞ്ഞവയും വേഗം ഇരപിടിയന്മാർക്ക് ഇരയാവും. ഏതായാലും പ്രകൃതി ഓരോ തലമുറയിലും കൂടുതൽ സന്തതികളെ ഉൽപ്പാദിപ്പിച്ച് നിർധാരണം നടത്തി അനുകൂല സ്വഭാവങ്ങൾ കൂടിയവയെ അതിജീവിക്കാൻ അനുവദിക്കുന്നു. ഈ പ്രക്രിയയാണ് പ്രകൃതി നിർധാരണം. ഇത്തരം ജീവികളാണ് അടുത്ത തലമുറയ്ക്ക് ജന്മം നൽകുക. വീണ്ടും ഇതേ പ്രക്രിയ ആവർത്തിച്ചുകൊണ്ടിരിക്കും.

(5) സ്പീഷീസുകളുടെ ഉത്ഭവം

പ്രകൃതിയിലെ നിർധാരണം കാരണം ഓരോതലമുറയും ജീവിക്കുന്ന പരിസ്ഥിതിയോടു കൂടുതൽ അനുകൂലനം നേടും. കാലക്രമേണ

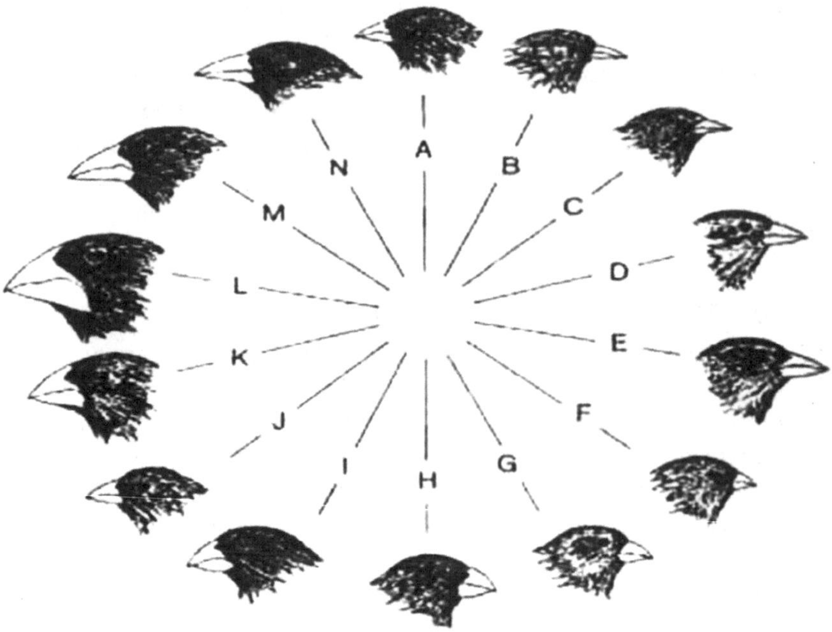

ഡാർവിന്റെ കുരുവികൾ

പ്രകൃതി നിർധാരണം വഴി ആകൃതിയിലും ശരീരധർമത്തിലും മാറ്റം വരാം. പരിസ്ഥിതി മാറുകയാണെങ്കിൽ ഇത്തരം മാറ്റങ്ങൾ കൂടുതലായിരിക്കും. അനേകം തലമുറകൾ ഈ രീതിയിൽ നിർധാരണം തുടർന്നാൽ പുതിയ സ്പീഷിസുകൾ ഉണ്ടാവാം എന്ന് ഡാർവിൻ വിശദീകരിച്ചു. തികച്ചും വ്യത്യസ്തമായ ഒരു പരിസ്ഥിതിയിലേക്ക് ഒരു ജീവി കുടിയേറിയാലും, ഇതൊക്കെ സംഭവിക്കാം. ഉദാഹരണമായി ഗാലോപ്പോഗോസിൽ കാണുന്ന 'ഡാർവിന്റെ കുരുവികൾ' (Darwins finches) എന്നറിയപ്പെടുന്ന പക്ഷികളിൽ 13 സ്പീഷിസുകളുണ്ട്. പ്രത്യേക ഭക്ഷണരീതിക്ക് പറ്റിയ വിധത്തിൽ ഓരോന്നിന്റെയും കൊക്കും കാലുകളും രൂപാന്തരം വന്നിരിക്കുന്നു. ശരീരത്തിന്റെ നിറത്തിലും സ്പീഷിസുകൾ തമ്മിൽ വ്യത്യാസമുണ്ട്. വളരെക്കാലം മുമ്പ് വൻകരയിൽ നിന്ന് കുടിയേറിയ പക്ഷികൾ വ്യത്യസ്ത ഭക്ഷണരീതിക്കനുസരിച്ച് പ്രകൃതിനിർധാരണം വഴി

രൂപാന്തരപ്പെട്ടു എന്ന് ഡാർവിൻ വിശദീകരിച്ചു. തമ്മിലുള്ള മത്സരം കുറയ്ക്കാനാണ് ഭക്ഷണരീതിയിൽ വൈവിധ്യം വന്നത്. മൽസരിക്കാൻ അന്യസ്പീഷിസുകൾ ദ്വീപുകളിൽ കുറവായത് ഈ അനുകൂലനങ്ങൾ നിർധാരണം ചെയ്യപ്പെടാൻ സഹായിക്കുകയും ചെയ്തു.

ഡാർവിനിസം - ഇന്നത്തെ അവസ്ഥ

ഡാർവിനിസത്തിന്റെ ഒരു ന്യൂനതയായി ആദ്യകാലത്ത് ചൂണ്ടിക്കാട്ടിയത് സ്വഭാവവ്യതിയാനങ്ങൾ എങ്ങനെ ഉണ്ടാവുന്നു, എങ്ങനെ അടുത്ത തലമുറയിലേക്ക് സംക്രമിക്കുന്നു എന്നൊന്നും ഡാർവിന് വ്യക്തമാക്കാൻ കഴിഞ്ഞില്ല എന്നതാണ്. പാരമ്പര്യസിദ്ധാന്തങ്ങൾ കണ്ടെത്തുന്നതിന് വളരെമുമ്പാണ് ഡാർവിന്റെ സിദ്ധാന്തം ആവിഷ്കരിച്ചത് എന്നതുകൊണ്ട് ഇത് സ്വഭാവികമായിരുന്നു. 1901 ൽ ഡിഫ്രീസ് എന്ന ശാസ്ത്രജ്ഞൻ മ്യൂട്ടേഷൻ സിദ്ധാന്തം ആവിഷ്കരിച്ചു. പെട്ടെന്നുണ്ടാകുന്ന മാറ്റങ്ങൾ അല്ലെങ്കിൽ മ്യൂട്ടേഷനുകൾ വഴി പുതിയ സ്പീഷിസുകൾ ഉണ്ടാവും എന്നതായിരുന്നു ഈ സിദ്ധാന്തം. ഈനോത്തീറ ലാമാർക്കിയാന എന്ന ചെടി ഹോളണ്ടിൽ വളർത്തിയപ്പോൾ കണ്ട വ്യത്യസ്ത വറൈറ്റികളായിരുന്നു ഈ സിദ്ധാന്തത്തിന് ആധാരമായ നിരീക്ഷണങ്ങൾ. ഓരോന്നും പുതിയ സ്പീഷിസുകളായി ഡിഫ്രീസ് കരുതി. ഇവ പുതിയ സ്പീഷിസുകളല്ലെന്നും ക്രോമസോം മാറ്റങ്ങൾ കൊണ്ടുണ്ടായവയാണെന്നും പിന്നീട് വ്യക്തമായി. മ്യൂട്ടേഷനുകൾ പ്രകൃതിനിർധാരണത്തിന് പകരം നിൽക്കില്ലെന്നും പുതിയ ജനിതകവ്യതിയാനങ്ങളാണുണ്ടാക്കുകയെന്നും വ്യക്തമാക്കപ്പെട്ടതോടെ പ്രകൃതി നിർധാരണം ഇവയിലും പ്രവർത്തിക്കും എന്ന് ശാസ്ത്രജ്ഞർ വിശദീകരിച്ചു.

ഇന്നത്തെ അവസ്ഥയിൽ വ്യതിയാനങ്ങൾ ഉണ്ടാകുന്നതും സംക്രമിക്കുന്നതും ശാസ്ത്രീയമായി വ്യാഖ്യാനിക്കാൻ പറ്റും. മാത്രമല്ല പരിണാമസിദ്ധാന്തം ഇന്ന് ജനിതകത്തെ ആശ്രയിച്ചാണ് വ്യാഖ്യാനിക്കാറുള്ളത്. പോപ്പുലേഷൻ ജനിതകം (population genetics) ജനിതകതത്വങ്ങളും ഡാർവിൻ സിദ്ധാന്തവും സംയോജിക്കുന്ന മേഖലയാണ്. പുതിയ സ്പീഷിസുകളുണ്ടാവുമ്പോൾ പുതിയ ജീൻ മാറ്റങ്ങളാണ് സംഭവിക്കുന്നത്. ഒരു പ്രത്യേക സ്ഥലത്ത് പ്രത്യേകകാലത്ത് ജീവിക്കുന്ന ഒരു സ്പീഷിസിലെ എല്ലാ അംഗങ്ങളും ചേർന്നതാണ് ഒരു പോപ്പുലേഷൻ. ഇതിന്റെ ജീൻ സന്തുലനാവസ്ഥയിൽ (gene equilibrium) മാറ്റം വരുത്തുന്ന ഘടകങ്ങൾ മ്യൂട്ടേഷൻ, ജീൻ പുനഃസംയോജനം, ജനിതകഡ്രിഫ്ട്, പ്രകൃതിനിർധാരണം എന്നിവയാണ്. ഒറ്റപ്പെടൽ (isolation) സ്പീഷിസീകരണത്തെ സഹായിക്കുന്ന ഘടകമാണ്.

(1) മ്യൂട്ടേഷൻ

ജനിതകവസ്തുവായ DNA യിൽ ഉണ്ടാകുന്ന ഏതുമാറ്റവും മ്യൂട്ടേഷനാണ്. ഗാമേറ്റുകളിലൂടെ മ്യൂട്ടേഷനുകൾ അടുത്ത തലമുറയി

ലെത്തും. മൊത്തത്തിലുള്ള ജീൻശേഖര (gene pool) ത്തിലേക്ക് കൂടുതൽ ജീനുകൾ വരാൻ മ്യൂട്ടേഷൻ കാരണമാകുന്നു. ജീവിക്ക് ദോഷം ചെയ്യുന്ന മ്യൂട്ടേഷനുകളും ഗുണകരമാവുന്നവയും ഉണ്ട്. അതുപോലെ പ്രഭാവി (dominant) മ്യൂട്ടേഷനുകളും ഗുപ്ത (recessive) മ്യൂട്ടേഷനുകളും ഉണ്ട്. പ്രകൃതി നിർധാരണം പ്രവർത്തിക്കുന്ന അസംസ്കൃതവസ്തുക്കളാണ് മ്യൂട്ടേഷനുകൾ.

(2) ജീൻ പുനഃസംയോജനം (gene recombination)

ക്രോമസോമുകളിൽ ജീനുകൾ ഒരറ്റം മുതൽ മറ്റേ അറ്റം വരെ പ്രത്യേക ക്രമത്തിൽ സ്ഥിതിചെയ്യുന്നു. ഗാമേറ്റുകൾ ഉണ്ടാവുന്നത് ന്യൂനഭംഗം (meiosis) എന്ന പ്രത്യേകവിഭജനം വഴിയാണ്. സാധാരണ കോശത്തിലുള്ളതിന്റെ പകുതി ക്രോസോമുകളാണ് ഗാമേറ്റുകളിലുണ്ടാവുക. (ഉദാഹരണമായി മനുഷ്യന്റെ ക്രോമസോംസംഖ്യ 46 ആണ്. പക്ഷേ അണ്ഡത്തിലും ബീജത്തിലും 23 ക്രോമസോമുകളേ ഉണ്ടാവൂ. ബീജസങ്കലനം നടക്കുമ്പോൾ 46 എണ്ണം ആയിത്തീരും) ഗാമേറ്റുണ്ടാകുന്ന അവസരത്തിൽ സമാന ക്രോമസോമുകളുടെ ഭാഗങ്ങൾ അന്യോന്യം വെച്ചു മാറാറുണ്ട്. അങ്ങനെ ഗാമേറ്റുകളിലുള്ള ക്രോമസോമുകളിൽ മുമ്പുണ്ടായിരുന്ന ക്രോമസോമുകളുടെ ജീൻക്രമം മാറുന്നു. ഇതാണ് ജീൻ പുനഃസംയോജനം. ഇത്തരം മാറ്റം അടുത്ത തലമുറയിൽ പ്രകടമാവും.

(3) ജനിതക ഡ്രിഫ്ട് (genetic drift)

ചിലപ്പോൾ യാദൃച്ഛിക കാരണങ്ങളാൽ ചില ജീനുകൾ നഷ്ടപ്പെടാനും മറ്റു ചിലത് അവശേഷിക്കാനും ഇടവരാറുണ്ട്. പുതിയ ഒരു ആവാസസ്ഥലം തുറന്നുകിട്ടി എന്ന് വെക്കുക. അവിടേക്ക് കുടിയേറുന്നവരിലുള്ള ജീനുകൾ മാത്രമേ പുതിയ തലമുറയിൽ ഉണ്ടാവൂ. ഇത് നിർധാരണത്തിലൂടെ സംഭവിക്കുന്നതല്ല. അതേപോലെ ഒരു സ്പീഷിസ് എണ്ണത്തിൽ വല്ലാതെ കുറഞ്ഞശേഷം വീണ്ടും വർധിച്ച് ആദ്യത്തെ അവസ്ഥയിലെത്തിയാലും ജീൻപൂളിൽ വ്യത്യാസം വരും. വെള്ളപ്പൊക്കം, മഞ്ഞുവീഴ്ച, വരൾച്ച എന്നിവ ചെറിയ സമൂഹങ്ങളിൽ പ്രകടമായ ജീൻ മാറ്റങ്ങളുണ്ടാക്കും.

(4) പ്രകൃതിനിർധാരണം

പോപ്പുലേഷനിലെ ജീൻ സന്തുലനാവസ്ഥയെ മാറ്റിമറിക്കുന്ന പ്രധാനഘടകം ഡാർവിൻ വിവരിച്ച പ്രകൃതിനിർധാരണം തന്നെയാണ്. പുതുതായി മ്യൂട്ടേഷൻ വഴിയോ ജീൻ പുനഃസംയോജനം വഴിയോ ഉണ്ടാവുന്ന സ്വഭാവവ്യതിയാനങ്ങൾക്ക് അതിജീവനശേഷി കൂടുതലുണ്ടെങ്കിൽ ആ വ്യതിയാനമുള്ള അംഗങ്ങൾ നിർധാരണം ചെയ്യപ്പെടും. ഉദാഹരണമായി DDT ഉള്ള പരിസ്ഥിതിയിൽ വളരുന്ന ഷഡ്പദങ്ങളിൽ ചിലതിന് മ്യൂട്ടേഷൻ വഴിയോ പാരമ്പര്യമായോ പ്രതിരോധശേഷിയുണ്ടെങ്കിൽ അവ

കൂടുതലായി അതിജീവിക്കും. ഇംഗ്ലണ്ടിൽ വ്യാവസായിക വിപ്ലവം തുടങ്ങിയ കാലത്ത് ബിസ്റ്റൺ ബെറ്റുലേറിയ (Biston betularia) എന്ന ശലഭത്തിന്റെ കറുത്ത നിറമുള്ള ഇനങ്ങൾ കൂടുതലായി. ശാസ്ത്രജ്ഞർ നടത്തിയ പരീക്ഷണങ്ങളിൽ കറുത്ത നിറമുള്ളവയേയും വെളുത്ത നിറമുള്ളവയേയും തുല്യ എണ്ണം വീതം പുക നിറഞ്ഞ പ്രദേശങ്ങളിൽ തുറന്നുവിട്ടു. ഇരപിടിയന്മാർ കൂടുതൽ വെളുത്ത ഇനങ്ങളെ പിടിക്കുന്നതായി നിരീക്ഷണത്തിൽ കണ്ടു. ഇതേ സ്ഥലങ്ങളിൽ തന്നെ ഇപ്പോൾ പുകയില്ലാത്ത സാഹചര്യത്തിൽ വെളുത്ത ഇനങ്ങൾ വീണ്ടും കൂടി വരുന്നതായും നിരീക്ഷിക്കപ്പെട്ടിട്ടുണ്ട്. പ്രകൃതി നിർധാരണം ഈ ശലഭത്തിന്റെ കാര്യത്തിൽ പരീക്ഷണങ്ങളിൽ സ്ഥിരീകരിച്ചിട്ടുണ്ട്. പരിസ്ഥിതിയോടുള്ള ജന്തുക്കളുടെ അനുകൂലനങ്ങളെല്ലാം പ്രകൃതിനിർധാരണം വഴി ഉണ്ടാവുന്നതാണ്.

ബിസ്റ്റൺ ബെറ്റുലേറിയ എന്ന ചിത്രശലഭം

സ്പീഷിസുകളുണ്ടാവൽ

പരിണാമം സംഭവിക്കുന്നില്ലെങ്കിൽ ഒരു പോപ്പുലേഷനിലുള്ള ജീൻ അനുപാതങ്ങൾ തലമുറകൾ കഴിഞ്ഞാലും ഒരേപോലെ തുടരും. എന്നാൽ ഈ അനുപാതം മാറുന്നത് പരിണാമത്തിന്റെ പ്രധാന സൂചകമാണ്. ഇങ്ങനെ ജീൻഘടനമാറി ഒരു പ്രത്യേകഘട്ടത്തിൽ മാതൃപോപ്പുലേഷനിലെ അംഗങ്ങളുമായുള്ള ജീൻ വിനിമയം നിൽക്കും. അല്ലെങ്കിൽ പ്രത്യുൽപ്പാദനപരമായി പുതിയ വിഭാഗങ്ങൾ ഒറ്റപ്പെടും. ഈ അവസ്ഥയിലാണ് അവ പുതിയ സ്പീഷിസുകളാവുന്നത്. ഭൂമിശാസ്ത്രപരമായി ഒറ്റപ്പെട്ട സ്ഥലത്താണ് മാതൃസ്പീഷിസും പുതിയ സ്പീഷിസും എങ്കിൽ അവയെ *അല്ലോപാട്രിക് സ്പിഷിസ്* (allopatric species) എന്ന് പറയുന്നു. വ്യത്യസ്ത പോപ്പുലേഷനുകളിലാണ് ഇവിടെ സ്പീഷിസീകരണം നടക്കുക.

ഒരു പോപ്പുലേഷനിൽ തന്നെയുള്ള ഒരു വിഭാഗം വ്യത്യസ്ത സ്പീഷിസുകളായി മാറുന്ന അവസ്ഥയെ സിംപാട്രിക് (sympatric) സ്പീഷിസീകരണം എന്ന് പറയുന്നു. പലവിധ ഒറ്റപ്പെടൽ മെക്കാനിസങ്ങളാണ് ഇങ്ങനെ ഒരേ ഭൂഭാഗത്ത് തന്നെ പുതിയ സ്പീഷിസുകളുണ്ടാവുന്നതിന് കാരണമാകുന്നത്. ഈ പ്രത്യുൽപ്പാദന മെക്കാനിസങ്ങളിൽ ചിലത് പുതിയ സ്പീഷിസും മാതൃസ്പീഷിസും തമ്മിൽ ഇണചേരുന്നത് തടയുന്നു. വേറെ ചിലതിൽ ഇണചേരൽ നടന്നാലും അടുത്ത തലമുറ ഉണ്ടാവുന്നില്ല.

ഇണചേരൽ തടയുന്നവയെ പ്രത്യുൽപ്പാദനത്തിനുമുമ്പുള്ള ഒറ്റപ്പെടൽ (pre reproductive isolation) എന്ന് പറയുന്നു. സ്വഭാവത്തിൽ വരുന്ന വ്യത്യാസങ്ങൾ, ആവാസ വ്യവസ്ഥയിലുള്ള വ്യത്യാസങ്ങൾ, പ്രത്യുൽ

പ്പാദന അവയവങ്ങളുടെ ആകൃതിയിലുള്ള വ്യത്യാസങ്ങൾ ഇവ ഇണ ചേരൽ തടസപ്പെടുത്തും.

ഇണചേരൽ നടന്നശേഷം നടക്കുന്ന ഒറ്റപ്പെടൽ മെക്കാനിസങ്ങളും പലതരത്തിലുണ്ട്. ഗാമേറ്റുകൾ നശിച്ചുപോകൽ, സിക്താണ്ഡം രൂപപ്പെട്ടാലും അത് വളരാതെ നശിച്ചുപോകുക, ഭ്രൂണാവസ്ഥയിൽ നശിച്ചുപോകുക, കുഞ്ഞുങ്ങൾ മരിച്ചുപോകുക, കുഞ്ഞുങ്ങളുണ്ടായാലും അവയ്ക്ക് പ്രത്യുൽപ്പാദനശേഷി ഇല്ലാതിരിക്കുക എന്നിവ ഉദാഹരണം.

രണ്ടുതരം മെക്കാനിസങ്ങളും ഫലത്തിൽ പുതിയ സ്പീഷിസുകളും അവയ്ക്ക് ജന്മം നൽകിയവയും തമ്മിലുള്ള ജീൻ വിനിമയം അസാധ്യമാക്കുകയും രണ്ട് വഴിക്ക് തുടർന്ന് പരിണമിക്കാനിടയാക്കുകയും ചെയ്യും.

പുതിയ ജനിതകവും മ്യൂട്ടേഷനുകളെപ്പറ്റിയുള്ള അറിവും ഡാർവിനിസത്തെ കൂടുതൽ ശക്തമാക്കിയിട്ടുണ്ട് പരിണാമത്തിന് അനിഷേധ്യമായ തെളിവുകൾ ലഭിച്ചതും ജനിതകത്തിൽ നിന്നാണ്. ജീനോം പഠനങ്ങ ളിൽ തെളിയിക്കപ്പെട്ട ഒരു വസ്തുത പരിണാമപരമായി അടുത്ത സ്പീഷിസുകൾ തമ്മിൽ അല്ലെങ്കിൽ ഗ്രൂപ്പുകൾ തമ്മിൽ ജീൻ സാദൃശ്യം ഏറ്റവും കൂടുതലാണ് എന്നതാണ്. പരിണാമപരമായി അകലും തോറും ജീൻ സാദൃശ്യം കുറഞ്ഞുവരും. ഓരോ ഗ്രൂപ്പും വഴിപിരിഞ്ഞതിന്റെ തെളിവുകളും ജിനോം പഠനങ്ങളിൽ നിന്ന് കണ്ടെത്താൻ കഴിയും. ഡാർവിനിസം കാലത്തിന്റെ വെല്ലുവിളികളെ അതിജീവിച്ച് കൂടുതൽ ശക്തമായിരിക്കുന്നു.

6

ജനിതകം: മെൻഡൽ മുതൽ മനുഷ്യജീനോം വരെ

ഇരുപതാം നൂറ്റാണ്ടിനൊപ്പം പിറന്നുവീണ ശാസ്ത്രശാഖയാണ് ജനിതകം. മെൻഡലിന്റെ തത്വങ്ങൾ വീണ്ടും ശാസ്ത്രജ്ഞർ കണ്ടെത്തി ലോകത്തിനുമുമ്പിൽ അവതരിപ്പിച്ചത് 1900 ൽ ആണ്. എന്നാൽ പൗരാണികകാലം മുതൽ ജനിതകതത്വങ്ങൾ അറിയാതെ തന്നെ നിത്യജീവിതത്തിൽ പ്രയോഗിച്ചിരുന്നതായി കാണാം. നല്ല ജന്തുക്കളെ തെരഞ്ഞെടുത്ത് ഇണ ചേർത്താൽ വളർത്തുമൃഗങ്ങളെ നന്നാക്കാമെന്ന് ബാബിലോണിയൻ സംസ്കാര കാലത്തുതന്നെ അറിയാമായിരുന്നു. കാർഷികസസ്യങ്ങളിൽ നല്ലതിനെ മാത്രം വിത്തിനായി ഉപയോഗിക്കുന്ന രീതിക്ക് കാർഷികവൃത്തിയോളം തന്നെ പഴക്കമുണ്ട്.

ഗ്രിഗർ മെൻഡൽ

മെൻഡലിന്റെ പരീക്ഷണങ്ങൾ

എല്ലാ അർഥത്തിലും ഒരു നല്ല ശാസ്ത്രജ്ഞനായിരുന്നു മെൻഡൽ. എന്നാൽ ഒരു പാതിരിയായി ജീവിച്ചു മരിക്കാനായിരിക്കുന്നു അദ്ദേഹത്തിന് വിധി. ജീവിതകാലത്ത് തന്റെ പഠനഫലങ്ങളെ ആരും കാര്യമായെടുക്കാത്തതിൽ അദ്ദേഹം ദു:ഖിച്ചിരുന്നോ എന്നുപോലും അറിയില്ല. 1822 ൽ ഇന്നത്തെ സ്ലോവാക്കി

യയിൽപ്പെടുന്ന മൊറേവിയ പട്ടണത്തിലാണ് അദ്ദേഹം ജനിച്ചത്. ഒരു സാധുകുടുംബത്തിൽ ആയിരുന്നു ജനനം. 1843 ൽ അദ്ദേഹം ബ്രണിലെ സന്യാസിമഠത്തിൽ ചേർന്നു. വിയന്ന സർവകലാശാലയിൽ നിന്ന് കണക്കും പ്രകൃതി ശാസ്ത്രവും പഠിച്ചശേഷം സെമിനാരി വക സ്കൂളിൽ അധ്യാപകനായി. 1856 മുതൽ 1864 വരെ സ്കൂളിനടുത്തുള്ള തോട്ടത്തിൽ ഒരിനം പയർച്ചെടിയിൽ അദ്ദേഹം സങ്കരണ പരീക്ഷണങ്ങൾ നടത്തി. പഠനഫലങ്ങൾ 1865 ൽ ബ്രൺനാച്ചറൽ സൊസൈറ്റിയുടെ സമ്മേളനത്തിൽ അവതരിപ്പിച്ചു. സൊസൈറ്റിയുടെ ജേർണലിൽ ഇത് പ്രസിദ്ധീകരിച്ചു. ശാസ്ത്രലോകം ഡാർവിനിസത്തെപ്പറ്റി ചർച്ചചെയ്യുന്ന കാലമായിരുന്നു അത്. മെൻഡലിന്റെ പ്രബന്ധം ആരും ശ്രദ്ധിച്ചില്ല. പള്ളി കൂടുതൽ ഉത്തരവാദിത്വങ്ങൾ ഏൽപ്പിച്ചതുകൊണ്ട് മെൻഡലിന് പരീക്ഷണങ്ങൾ തുടരാനും പറ്റിയില്ല. 1884 ൽ മെൻഡൽ മരിച്ചു. വീണ്ടും 16 കൊല്ലങ്ങൾക്ക് ശേഷമാണ് മൂന്ന് പ്രശസ്തശാസ്ത്രജ്ഞർ (ഡി ഫ്രീസ്, ഷെർമാക്, കോറൻസ് എന്നിവർ) സമാനതത്വങ്ങൾ വീണ്ടും കണ്ടെത്തിയത്. മെൻഡലിന്റെ പഴയ ഗവേഷണപ്രബന്ധം അവർ പൊടിതട്ടിയെടുത്തു. 'പാരമ്പര്യശാസ്ത്രത്തിന്റെ പിതാവ്' എന്ന സ്ഥാനം മെൻഡലിന് ലഭിച്ചു.

മെൻഡലിന് മുമ്പ് പലരും സസ്യങ്ങളിൽ സങ്കരണപരീക്ഷണങ്ങൾ നടത്തിയിരുന്നു. ഒരേസമയം നിരവധി സ്വഭാവങ്ങൾ നിരീക്ഷിച്ചതിനാൽ കൃത്യമായി നിഗമനങ്ങളിലെത്താൻ ആർക്കും കഴിഞ്ഞില്ല. പൈസം സറ്റൈവം (pisum sativum) എന്ന പയറിനമാണ് മെൻഡൽ പരീക്ഷണങ്ങൾക്ക് തെരഞ്ഞെടുത്തത്. ആദ്യഘട്ടത്തിൽ ഒരു സ്വഭാവം മാത്രം പഠിക്കലായിരുന്നു അദ്ദേഹത്തിന്റെ രീതി. ധാരാളം സ്വഭാവവ്യതിയാനങ്ങൾ ഈ പയറിനത്തിൽ ഉണ്ടായിരുന്നു. അതിൽ താഴെപറയുന്ന 7 ജോഡി സ്വഭാവങ്ങൾ മെൻഡൽ നിരീക്ഷിച്ചുപഠിച്ചു.

(1) സസ്യത്തിന്റെ ഉയരം – നീളം കൂടിയവ, കുള്ളൻ ഇനങ്ങൾ
(2) വിത്തിന്റെ ആകൃതി – ഉരുണ്ടത്, ചുളുങ്ങിയത്
(3) വിത്തിന്റെ നിറം – മഞ്ഞ, പച്ച
(4) പൂക്കളുടെ നിറം – വയലറ്റ്, വെള്ള
(5) പയറിന്റെ നിറം – പച്ച, മഞ്ഞ
(6) പയറിന്റെ ആകൃതി – വിത്തുകൾക്കിടയ്ക്കുള്ളഭാഗം വീർത്തത്, ചുളുങ്ങിയത്
(7) പൂക്കളുടെ സ്ഥാനം – അറ്റത്ത്, വശങ്ങളിൽ (axial)

മെൻഡലിന്റെ പയറിനങ്ങൾ സ്വയം പരാഗണം നടക്കുന്നവയാണ്. ഉഭയലിംഗ പുഷ്പങ്ങളാണുള്ളത്. കുറേ തലമുറകളായി ഒരേ സ്വഭാവം കാണിക്കുന്ന ശുദ്ധജനുസുകളാണ് മെൻഡൽ പരീക്ഷണങ്ങൾക്ക് തെരഞ്ഞെടുത്തത്. ഒരു സസ്യത്തെ മാതൃസസ്യമായും മറ്റേതിനെ പിതൃസസ്യമായും എടുക്കും. മാതൃസസ്യത്തിലെ പൂക്കൾ പാകമാകുന്നതിനു മുമ്പ് അവയിലെ സ്റ്റേമനുകൾ നീക്കം ചെയ്യും. സമയമാകുമ്പോൾ പിതൃ

സസ്യത്തിൽ നിന്നെടുത്ത പരാഗങ്ങൾ മാതൃസസ്യത്തിന്റെ സ്റ്റിഗ്മയിൽ ബ്രഷുപയോഗിച്ച് നിക്ഷേപിക്കും. ഈ പൂക്കൾ കവർചെയ്തു കൂടുതൽ പരാഗണം നടക്കാതെനോക്കും. ഇതിലെ വിത്തുകൾ ശേഖരിച്ച് അടുത്ത തലമുറ വളർത്തിയെടുക്കും. ഈ തലമുറയിൽ സ്വയം പരാഗണം നടക്കാൻ അനുവദിക്കും അടുത്തതലമുറയിലും നിരീക്ഷണം തുടരും.

വിരുദ്ധസ്വഭാവങ്ങളുടെ ഒരു ജോഡിയെ നിരീക്ഷിക്കുന്ന സങ്കരണങ്ങളെ ഏകസങ്കരണം (monohybrid cross) എന്നും രണ്ട് വിരുദ്ധസ്വഭാവജോഡികളെ നിരീക്ഷിക്കുന്ന പരീക്ഷണങ്ങളെ ദ്വിസങ്കരണം (di-hybrid cross) എന്നും പറയുന്നു. മെൻഡൽ നടത്തിയ ഒരു ഏകസങ്കരണപരീക്ഷണവും ദ്വിസങ്കരണപരീക്ഷണവും പരിശോധിക്കാം.

ഉയരം കൂടിയ സസ്യങ്ങളും കുള്ളൻ സസ്യങ്ങളും തമ്മിലായിരുന്നു സങ്കരണം. ആദ്യത്തെ തലമുറയിലെ (ഇതിനെ F_1 തലമുറ എന്ന് പറയും.) വിത്തുകൾ മുളച്ചുണ്ടായ എല്ലാ സസ്യങ്ങളും ഉയരം കൂടിയവയായിരുന്നു. ഇവയെ സ്വയം പരാഗണം നടത്താൻ അനുവദിച്ചു. ഇവയുടെ വിത്തുകൾ വളർന്നുണ്ടായ അടുത്തതലമുറ (F_2 തലമുറ) യിൽ ഉയരം കൂടിയവയും കുള്ളന്മാരും ഒരേസമയം ഉണ്ടായിരുന്നു. 1064 സസ്യങ്ങളിൽ 787 ഉയരം കൂടിയവയും 277 കുള്ളൻ സസ്യങ്ങളുമായിരുന്നു. അതായത് ഇവ 3:1 എന്ന അനുപാതത്തിൽ പ്രത്യക്ഷപ്പെട്ടു. ഇതിൽ കുള്ളൻ സസ്യങ്ങളിൽ സ്വയംപരാഗണം നടന്നുണ്ടായ അടുത്തതലമുറ എല്ലാം കുള്ളന്മാരായിരുന്നു. ഉയരം കൂടിയവയുടെ $^1/_3$ ഭാഗത്തിന്റെ അടുത്ത തലമുറ ഉയരം കൂടിയവ തന്നെയായിരുന്നു. ശേഷിക്കുന്ന $^2/_3$ ഭാഗം അടുത്ത തലമുറയിൽ ഉയരം കൂടിയവയേയും കുള്ളന്മാരേയും 3:1 എന്ന അനുപാതത്തിൽ ഉൽപ്പാദിപ്പിച്ചു.

ഇതേ രീതിയിൽ തന്നെയാണ് മെൻഡൽ ഏകസങ്കരണത്തിനുപയോഗിച്ച ബാക്കി 6 സ്വഭാവജോഡികളും പെരുമാറിയത്.

അടുത്തഘട്ടത്തിൽ രണ്ട് സ്വഭാവങ്ങളെ ഒരേസമയം നിരീക്ഷിക്കുന്ന ദ്വിസങ്കരപരീക്ഷണങ്ങൾ മെൻഡൽ നടത്തി. ഉദാഹരണമായി തുടർച്ചയായി മഞ്ഞനിറത്തിൽ വൃത്താകൃതിയിലുള്ള വിത്തുകൾ ഉണ്ടാക്കുന്ന ഇനങ്ങളും പച്ചനിറത്തിൽ ചുളുങ്ങിയ വിത്തുകളുള്ളവയും തമ്മിൽ സങ്കരണം നടത്തി. F_1 തലമുറയിൽ എല്ലാ സസ്യങ്ങളും മഞ്ഞ ഉരുളൻ വിത്തുകളുള്ളവയായിരുന്നു. ഇവ സ്വയം പരാഗണം നടന്നുണ്ടായ F_2 തലമുറയിൽ മഞ്ഞഉരുളൻ വിത്തുകൾക്കും പച്ച ചുളുങ്ങിയ വിത്തുകൾക്കും പുറമെ മഞ്ഞചുളുങ്ങിയതും, പച്ച ഉരുളനും കൂടി പുതുതായി ഉണ്ടായി. മഞ്ഞ ഉരുളൻ, മഞ്ഞ ചുളുങ്ങിയത്, പച്ച ഉരുളൻ, പച്ച ചുളുങ്ങിയത് ഇവ 9:3:3:1 എന്ന അനുപാതം പുലർത്തി. ഇതിൽ രണ്ടിനം പയറിനങ്ങൾ നേരത്തെ ഇല്ലാത്തവയായിരുന്നു.

സമാനമായ ഫലംതന്നെയാണ് രണ്ട് സ്വഭാവങ്ങൾ ഒരേ സമയം പഠിച്ച മറ്റ് സങ്കരണങ്ങളിലും ലഭിച്ചത്.

മെൻഡലിന്റെ നിയമങ്ങൾ

ഏകസങ്കരണ, ദ്വിസങ്കരണ പരീക്ഷണങ്ങളിൽ നിന്ന് ലഭിച്ച വിവരങ്ങളെ മെൻഡൽ വ്യാഖ്യാനിച്ചത് മൂന്ന് വസ്തുതകൾകൊണ്ടാണ്. ജനിതകശാസ്ത്രജ്ഞർ ഇവയെ മെൻഡലിന്റെ നിയമങ്ങൾ എന്നാണ് പറയുക. മെൻഡൽ ജീൻ എന്ന പേർ ഉപയോഗിച്ചിട്ടില്ല. പകരം ഫാക്ടർ എന്നാണദ്ദേഹം ഉപയോഗിച്ചത്.

നിയമം1

ഇതിനെ ഗാമേറ്റുകളുടെ ശുദ്ധതാതത്വം (Law of purity of gametes) എന്ന് പറയുന്നു. ഓരോ സ്വഭാവവും ഒരു ജോഡി ഫാക്ടറുകൾ കൊണ്ടുണ്ടാവുന്നു. ഗാമേറ്റിൽ ഇത്തരം ഒരു ഫാക്ടറേ കാണൂ. സങ്കരസസ്യങ്ങളിൽ വ്യത്യസ്ത സ്വഭാവങ്ങളുണ്ടാക്കുന്ന ഫാക്ടറുകൾ അന്യോന്യം കൂടിക്കലരാതെയും നേർപ്പിക്കാതെയും നിലനിൽക്കുകയും ഗാമേറ്റുകളുണ്ടാവുമ്പോൾ തമ്മിൽ വേർപെട്ട് വ്യത്യസ്ത ഗാമേറ്റുകളിലേക്ക് പോവുകയും ചെയ്യുന്നു.

നിയമം 2

ഇതിനെ പ്രമുഖതാതത്വം (law of dominance) എന്ന് പറയുന്നു. സങ്കരങ്ങളിൽ വിപരീതസ്വഭാവങ്ങളുടെ ഫാക്ടറുകൾ ഒന്നിച്ചുവരുമ്പോൾ ഒരു ഫാക്ടർ മറ്റേതിന്റെമേൽ ആധിപത്യം പുലർത്തും. പ്രകടമാവുന്ന ഫാക്റിനെ പ്രഭാവി (dominant) എന്നും മറ്റേതിനെ ഗുപ്തം (recessive) എന്നും പറയുന്നു.

നിയമം 3

ഇതിനെ സ്വതന്ത്രവേർപിരിയൽ തത്വം (law of independent assortment) എന്ന് പറയുന്നു. ഗാമേറ്റുകളുണ്ടാവുമ്പോൾ ഒരു സ്വഭാവത്തെ നിയന്ത്രിക്കുന്ന ഒരു ജോഡി ഫാക്ടറുകൾ തമ്മിൽ വേർപിരിയുക മാത്രമല്ല രണ്ട് വ്യത്യസ്ത ജോഡി ഫാക്ടറുകൾ അന്യോന്യം സ്വതന്ത്രമായി പെരുമാറുകയും ചെയ്യും. ഇതിന്റെ ഫലമായി പുതിയ സംയോജനങ്ങൾ (combinations) ഉണ്ടാവും.

മെൻഡലിന്റെ പരീക്ഷണങ്ങളെ ഈ തത്വങ്ങളുടെ അടിസ്ഥാനത്തിൽ പരിശോധിക്കാം. ഉയരം കൂടിയ സസ്യവും കുള്ളൻ സസ്യവും തമ്മിലായിരുന്നല്ലോ ആദ്യസങ്കരണം. സൗകര്യത്തിനായി ഈ സസ്യങ്ങളെ പിതൃതലമുറ (parent generation അല്ലെങ്കിൽ pതലമുറ) എന്ന് വിളിക്കാം. ഉയരം കൂടിയ സസ്യത്തിൽ ഈ സ്വഭാവത്തിനാധാരമായ രണ്ട് ഫാക്ടറുകൾ ഉണ്ടെന്ന് സങ്കൽപ്പിക്കാം. ഇതിനെ 'T'ഫാക്ടർ എന്ന് വിളിക്കാം. കുള്ളൻ സസ്യത്തിലെ വ്യത്യസ്തമായ ഫാക്ടറിനെ 't' ഫാക്ടർ എന്നും പേരിടാം. അപ്പോൾ പിതൃതലമുറ TT (ഉയരംകൂടി

യത്) യും tt (കുള്ളൻ) ആയിരിക്കും. ഇവയുടെ ഗാമേറ്റുകളിൽ യഥാക്രമം T, t ഫാക്ടറുകളുണ്ടാവും. F_1 സസ്യങ്ങളിൽ ഈ ഫാക്ടറുകൾ ഒന്നിച്ച് വന്ന എന്ന Tt അവസ്ഥയുണ്ടാവും. മെൻഡലിന്റെ പ്രമുഖതാതത്വപ്രകാരം ഈ സസ്യം നീളം കൂടിയതായിരിക്കും. ഒന്നാമത്തെ നിയമം അനുസരിച്ച് ഇവ അന്യോന്യം കൂടിക്കലരാതെ ഗാമേറ്റുകളിലേക്ക് പോകുമ്പോൾ F_1 സസ്യത്തിൽ രണ്ടുതരം ഗാമേറ്റുകൾ ഉൽപ്പാദിപ്പിക്കപ്പെടും; Tഉള്ളവയും t ഉള്ളവയും. ഈ ഗാമേറ്റുകൾ ചേർന്ന F_2 തലമുറയുണ്ടാകുമ്പോൾ TT, Tt, tt എന്നീ സസ്യങ്ങൾ 1:2:1 എന്ന അനുപാതത്തിൽ ഉണ്ടാവും. ഇതിൽ ആദ്യത്തെ രണ്ടും ഉയരം കൂടിയവ ആയതിനാൽ അനുപാതം 3:1 എന്നായിത്തീരും. അതേസമയം ഉയരം കൂടിയവയിൽ $^1/_3$ ഭാഗം പിതൃസസ്യങ്ങളെപ്പോലെ ഉയരം കൂടിയവ മാത്രം ഉൽപ്പാദിപ്പിക്കും. ശേഷിച്ച $^2/_3$ ഭാഗം F_1 സസ്യങ്ങളെപ്പോലെ പെരുമാറും.

ഈ സങ്കരണം താഴെ കാണിച്ചവിധം ചിത്രീകരിക്കാം

P തലമുറ   ഉയരം കൂടിയത് x കുള്ളൻ

TT   tt

ഗാമേറ്റുകൾ   T   t

F_1 തലമുറ   Tt

ഗാമേറ്റുകൾ   T   t

F_2 തലമുറ

T	TT ഉയരം കൂടിയത്	Tt ഉയരം കൂടിയത്
t	Tt ഉയരം കൂടിയത്	tt കുള്ളൻ

ദ്വിസങ്കരണപരീക്ഷണത്തിൽ മഞ്ഞനിറത്തിൽ ഉരുണ്ടവിത്തുകളുള്ള സസ്യവും പച്ചനിറത്തിൽ ചുളുങ്ങിയ വിത്തുകളുള്ളവയും തമ്മിലായിരുന്നു സങ്കരണം. നേരത്തെ നടത്തിയ ഏകസങ്കരണപരീക്ഷണങ്ങളിൽ നിന്ന് മഞ്ഞ പച്ചയോടും ഉരുണ്ടത് ചുളുങ്ങിയതിനോടും പ്രമുഖത കാണിക്കുന്നതായി മെൻഡൽ നിരീക്ഷിച്ചിരുന്നു. മഞ്ഞയെ Y എന്നും പച്ചയെ y എന്നും സൂചിപ്പിക്കാം. അതേപോലെ ഉരുണ്ട സ്വഭാവത്തെ R എന്നും ചുളുങ്ങിയതിനെ r എന്നും സൂചിപ്പിക്കാം. സാധാരണ സൂചകാക്ഷരങ്ങൾ ഉപയോഗിക്കുമ്പോൾ പ്രമുഖസ്വഭാവമുള്ളത് വലിയ അക്ഷരത്തിലും ഗുപ്തസ്വഭാവമുള്ളത് ചെറിയഅക്ഷരത്തിലും ആണ് എഴുതുക. പിതൃസസ്യങ്ങൾ (P-തലമുറ) YYRR ഉം yyrr ഉം ആണ്.

ഇവയുടെ ഗാമേറ്റുകൾ യഥാക്രമം YR ഉം yr ഉം ആയിരിക്കും. F_1 സസ്യം YyRr ആണ്. ഇത് പ്രമുഖതാതത്വം പ്രകാരം മഞ്ഞനിറമുള്ള ഉരുണ്ട വിത്തുൽപ്പാദിപ്പിക്കും. ഈ സസ്യം സ്വതന്ത്രവേർപിരിയൽ തത്വമനുസരിച്ച് നാലുതരം ഗാമേറ്റുകൾ ഉൽപ്പാദിപ്പിക്കും. YR, Yr, yR, yr എന്നിവയാണ് ഈ ഗാമേറ്റുകൾ. ഇത്തരം നാലുതരം പെൺഗാമേറ്റുകൾ നാലുതരം ആൺഗാമേറ്റുകളുമായി ചേർന്നാൽ നാലുതരം സസ്യങ്ങൾ 9:3:3:1 എന്ന അനുപാതത്തിൽ ലഭിക്കും.

ഈ സങ്കരണം താഴെ കൊടുത്ത വിധത്തിൽ ചിത്രീകരിക്കാം

P തലമുറ	മഞ്ഞ ഉരുണ്ടത് YYRR	x	പച്ച ചുളുങ്ങിയത് yyrr
ഗാമീറ്റുകൾ	YR		yr
F1 തലമുറ	Yy Rr (മഞ്ഞഉരുണ്ടത്)		

ഗാമീറ്റുകൾ

പെൺ \ ആൺ	YR	Yr	yR	rr
YR	YYRR ✓	YYRr ✓	YyRR ✓	YyRr ✓
Yr	YYRr ✓	YYrr •	YyRr ✓	Yyrr •
yR	YyRR ✓	YyRr ✓	yyRR ⊖	yyRr ⊖
rr	YyRr ✓	Yyrr •	yyRr ⊖	yyrr *

✓ = മഞ്ഞ ഉരുണ്ടത് –9
• = മഞ്ഞ ചുളുങ്ങിയത് –3
⊖ = പച്ച ഉരുണ്ടത്– 3
* = പച്ച ചുളുങ്ങിയത് –1

മെൻഡലിന്റെ തത്വങ്ങൾ പിന്നീടുള്ള ജനിതകത്തിന്റെ വളർച്ചയ്ക്ക് അടിസ്ഥാനമായി എന്ന് പറയാം. ക്രോമസോമുകളെപ്പറ്റിയും ഗാമേറ്റുകളുടെ സ്വഭാവത്തെപ്പറ്റിയും അറിയുന്നതിനുമുമ്പ് ജീനുകളുടെ സംക്രമണം ശാസ്ത്രീയമായി മനസിലാക്കിയെന്നതാണ് മെൻഡലിന്റെ മഹത്വം. മെൻഡലിന്റെ പ്രമുഖതാതത്വവും സ്വതന്ത്രവേർപിരിയൽ തത്വവുമൊന്നും സാർവത്രികമായി എല്ലാ ജീനുകൾക്കും ബാധകമല്ല. ഉദാഹരണമായി ഒരേ ക്രോമസോമുകളിലുള്ള ജീനുകൾ പ്രതിനിധാനം ചെയ്യുന്ന സ്വഭാവങ്ങൾ മിക്കതും അടുത്തതലമുറയിലും ഒന്നിച്ചു തന്നെ നിൽക്കാറുണ്ട്. വ്യത്യസ്ത ക്രോമസോമുകളിലുള്ള ജീനുകൾക്കേ സ്വതന്ത്രവേർ

പിരിയൽ തത്വം ബാധകമാവൂ. ചുരുക്കം ചില ജീനുകളുടെ കാര്യത്തിൽ രണ്ട് വിരുദ്ധ ജീനുകൾ ഒന്നിച്ചുവരുമ്പോൾ ഇടനില സ്വഭാവങ്ങളും കാണിക്കാറുണ്ട്.

ക്രോമസോം സിദ്ധാന്തം

കോശങ്ങളുടെ ഭാഗങ്ങളായ ന്യൂക്ലിയസും ക്രോമസോമുകളുമെല്ലാം നേരത്തെ കണ്ടെത്തിയിരുന്നെങ്കിലും പാരമ്പര്യപരമായി ക്രോമസോമുകൾക്കുള്ള പങ്ക് 1903 ൽ ഡബ്ലിയു എസ് സട്ടൻ, ടി ബോവറി എന്നീ ശാസ്ത്രജ്ഞർ ആവിഷ്കരിച്ച ക്രോമസോം സിദ്ധാന്തത്തിലൂടെയാണ് വ്യക്തമായത്. ക്രോമസോമുകളും മെൻഡിലിയൻ ജീനുകളും തമ്മിലുള്ള സാദൃശ്യം അവർ എടുത്തുകാണിച്ചു. പ്രധാനസാദൃശ്യങ്ങൾ ഇവയാണ്.

(1) സാധാരണകോശങ്ങളിൽ ക്രോമസോമുകൾ ജോഡികളായി കാണുന്നു. ജീനുകളും ഇതേപോലെയാണ്.

(2) ഗാമേറ്റുകളുണ്ടാവുന്ന ന്യൂനഭംഗം (meiosis) വിഭജനത്തിൽ സമാനക്രോമസോമുകൾ ഓരോന്നുവീതം ഗാമേറ്റുകളിലെത്തുന്നു.

(3) വ്യത്യസ്ത ക്രോമസോം ജോഡികൾ ന്യൂനഭംഗവിഭജനസമയത്ത് അന്യോന്യം സ്വതന്ത്രമായി പെരുമാറുന്നു. മെൻഡിലിയൻ ജീനുകളുടെ സ്വതന്ത്രവേർപിരിയൽ രീതിയിലാണ് ഇവ പെരുമാറുന്നത്.

ഈ സാദൃശ്യങ്ങളുടെ അടിസ്ഥാനത്തിൽ പാരമ്പര്യഘടകങ്ങളായ ജീനുകൾ ക്രോമസോമുകളിലാണെന്ന് സട്ടനും ബോവറിയും ക്രോമസോം സിദ്ധാന്തത്തിലൂടെ സ്ഥാപിച്ചു. ജനിതകത്തിന്റെ തുടർന്നുള്ള വളർച്ചയ്ക്ക് ഈ സിദ്ധാന്തം വലിയ പങ്ക് വഹിച്ചു.

1910 ൽ മോർഗൻ എന്ന ശാസ്ത്രജ്ഞൻ 'ലിങ്കേജ്' (linkage) കണ്ടെത്തി. ഒരു ക്രോമസോമിലുള്ള ജീനുകൾ ഗാമേറ്റുകളുണ്ടാവുമ്പോൾ ഒന്നിച്ചു നിൽക്കാനുള്ള പ്രവണത കാണിക്കുന്നതാണ് ലിങ്കേജ്. അതേസമയം കുറച്ചു ശതമാനം ഗാമേറ്റുകളിൽ പുനഃസംയോജിത രൂപത്തിൽ ഇവ വരുന്നതായും കണ്ടെത്തി. ഇങ്ങനെ ഒന്നിച്ചു നിൽക്കുന്ന ജീൻനിരയെ മാറ്റുന്നത് ക്രോസിങ് ഓവർ (Crossing Over) എന്ന പ്രക്രിയയാണെന്നും മനസിലായി. മിയോസിസ് വിഭജനസമയത്ത് സമജാതക്രോമസോമുകൾ അന്യോന്യം ഒരറ്റം മുതൽ മറ്റേ അറ്റം വരെ ചേർന്ന് നിൽക്കും. ഈ ഭാഗത്ത് സമാനഭാഗങ്ങൾ മുറിഞ്ഞ്, മുറിഞ്ഞ ഭാഗങ്ങൾ ക്രോമസോമുകൾ തമ്മിൽ അന്യോന്യം കൈമാറും.

ക്രോമസോമുകളിലുള്ള ലിംഗക്രോമസോമുകളാണ് മിക്കജീവികളിലും സന്തതികളുടെ ലിംഗനിർണയം തീരുമാനിക്കുന്നതെന്നും ഇക്കാലത്ത് കണ്ടെത്തി. x,y എന്നിങ്ങനെ രണ്ടുതരം ലിംഗക്രോമസോമുകളുണ്ട്. മറ്റുള്ള ക്രോമസോമുകളെ ഓട്ടോസോമുകൾ (autosomes) എന്ന് പറയുന്നു. മനുഷ്യനിൽ 46 ക്രോമസോമുകളുള്ളതിൽ 44 എണ്ണം ഓട്ടോസോമുകളും രണ്ടെണ്ണം ലിംഗക്രോസോമുകളുമാണ്. 44 ഓട്ടോസോമു

കളും രണ്ട് X ക്രോമസോമുകളുമാണ് സ്ത്രീകൾക്കുണ്ടാവുക. പുരുഷന്മാരിൽ 44 ഓട്ടോസോമുകളും ഒരു X ഉം ഒരു y ഉം ആണുണ്ടാവുക. മനുഷ്യരിൽ ലിംഗനിർണയം നടക്കുന്നത് ഇപ്രകാരമാണ്. പുരുഷന്മാർ രണ്ടുതരം ബീജങ്ങൾ ഉൽപ്പാദിപ്പിക്കും. 22 ഓട്ടോസോമുകൾ + X ഉള്ള ബീജങ്ങളും 22 ഓട്ടോസോമുകൾ + y ഉള്ള ബീജങ്ങളും. സ്ത്രീകളുടെ അണ്ഡങ്ങളിലെ ക്രോമസോംഘടന ഒരേതരത്തിലാണ്. അതായത് 22 ഓട്ടോസോമുകൾ + X . X ഉള്ള ബീജങ്ങൾ അണ്ഡങ്ങളുമായി ചേർന്നാൽ പെൺകുഞ്ഞും, y ഉള്ള ബീജങ്ങൾ അണ്ഡങ്ങളുമായി ചേർന്നാൽ ആൺ കുഞ്ഞും ഉണ്ടാവും. അതായത്

(22 ഓട്ടോസോമുകൾ + X) + (22 ഓട്ടോസോമുകൾ+ y) = 44 ഓട്ടോസോമുകൾ + Xy = ആൺ

(22 ഓട്ടോസോമുകൾ + X) + (22 ഓട്ടോസോമുകൾ+ X) = 44 ഓട്ടോസോമുകൾ + XX = പെൺ

DNA യും RNAയും ജീൻ പ്രവർത്തനങ്ങളും

ജീൻപ്രവർത്തനങ്ങളുടെ ഫലമായി സ്വഭാവങ്ങൾ സംക്രമിക്കുന്നതിന്റെ വിശദാംശങ്ങൾ നിരവധി സങ്കരണപരീക്ഷണങ്ങളിലൂടെ വ്യക്തമാക്കപ്പെട്ടു. ക്രോമസോമുകളിൽ ജീനുകളുടെ ക്രമങ്ങളും കണ്ടെത്താൻ കഴിഞ്ഞു. പക്ഷേ, ജീനുകളുടെ രാസസ്വഭാവവും അവ പ്രവർത്തിക്കുന്ന വിധവും വ്യക്തമായത് DNA യുടെ മോഡൽ കണ്ടെത്തിയതിന് ശേഷമാണ്. 1953 ൽ വാട്സനും ക്രിക്കും ചേർന്ന് DNA യുടെ ഇരട്ട ഹെലിക്സ് മോഡൽ അവതരിപ്പിച്ചു. നാലുതരം ന്യൂക്ലിയോടൈഡുകൾ ചേർന്നുണ്ടാകുന്ന ഇരട്ട ചങ്ങലകൾ ഹൈഡ്രജൻ ബോണ്ടുകൾ വഴി യോജിച്ച നിലയിലാണ് DNA. ഈ പിരിയൻ കോണിമോഡലിൽ തന്നെ DNA വിഭജിക്കുന്നതിന്റെ വിശദാംശങ്ങളും ഉൾപ്പെട്ടിരുന്നു. നാലുതരം ബേസുകൾ (അഡിനിൻ, ഗുവാനിൻ, സൈറ്റോസിൻ, തൈമിൻ) DNA യിലുണ്ട്. ഇതിലേതെങ്കിലും ഒരു ബേസ്, ഡി ഓക്സിറൈബോസ് എന്ന പഞ്ചസാര ഫോസ്ഫോറിക്കമ്ലം ഇവ ചേർന്നതാണ് ഒരു ന്യൂക്ലിയോടൈഡ്. നാലുതരം ബേസുകളുള്ളതുകൊണ്ട് നാലുതരം ന്യൂക്ലിയോടൈഡുകളുണ്ട്. രണ്ടു ചങ്ങലകൾ തമ്മിൽ ചേരുമ്പോൾ അഡിനിൻ ഉള്ള ന്യൂക്ലിയോടൈഡുകൾ തൈമിൻ ന്യൂക്ലിയോടൈഡുകളുമായും സൈറ്റോസിൻ ഉള്ളവ ഗുവാനിൻ ഉള്ളവയുമായും മാത്രം ഹൈഡ്രജൻ ബോണ്ട് വഴി യോജിക്കുന്നു.

DNA പോലെ മറ്റൊരു ന്യൂക്ലിക്അമ്ലമാണ് RNA. RNA യും DNA യുമായി ഘടനയിലും ധർമങ്ങളിലും വ്യത്യാസമുണ്ട്. RNA യിലെ ന്യൂക്ലിയോടൈഡുകളിൽ പഞ്ചസാര റൈബോസ് ആണ്. അതേപോലെ തൈമിൻ എന്ന ബേസിന് പകരം യുറാസിൽ എന്ന ബേസ് ആണ്. RNA ക്ക് ഇരട്ട ഹെലിക്സ് സ്വഭാവമില്ല. ഒറ്റ ബഹുന്യൂക്ലിയോടൈഡ് ചങ്ങലയാണത്. DNA യാണ് ജീനുകളായി പ്രവർത്തിക്കുന്നത്. ജീനുകളുടെ

പകർപ്പെടുത്ത് പ്രോട്ടീനുകൾ ഉൽപ്പാദിപ്പിക്കലാണ് RNA യുടെ ധർമം. ഇതിനായി മെസഞ്ചർ RNA, റൈബോസോമൽ RNA, ട്രാൻസ്ഫർ RNA എന്നീ മൂന്ന് തരം RNA കളുണ്ട്.

ശരീരപ്രവർത്തനങ്ങളേയും വളർച്ചയെയും ജീനുകൾ നിയന്ത്രിക്കുന്നത് പ്രോട്ടീനുകൾ ഉൽപ്പാദിപ്പിച്ചാണ്. ചില പ്രോട്ടീനുകൾ രാസപ്രവർത്തനങ്ങളെ നിയന്ത്രിക്കുന്ന എൻസൈമുകളായി പ്രവർത്തിക്കുന്നു. ജീനുകൾ RNA ആയി പകർത്തിയശേഷം RNA ഉപയോഗിച്ചാണ് പ്രോട്ടീനുകൾ നിർമിക്കുന്നത്. ഈ മൂന്ന് തരം തന്മാത്രകൾ തമ്മിൽ താഴെ ക്കൊടുത്ത രീതിയിൽ ബന്ധപ്പെട്ടിരിക്കുന്നു.

$$\text{DNA} \xrightarrow{\text{ട്രാൻസ്ക്രിപ്ഷൻ}} \text{RNA} \xrightarrow{\text{ട്രാൻസ്ലേഷൻ}} \text{പ്രോട്ടീൻ}$$

DNA യിലെ ജീൻ RNA ആയി പകർത്തുന്നതിനെ ട്രാൻസ്ക്രിപ്ഷൻ എന്നാണ് പറയുക. പിന്നീട് ഇങ്ങനെയുണ്ടാവുന്ന സന്ദേശക RNA ന്യൂക്ലിയസിൽ നിന്ന് പുറത്തുവരും. ഈ ജീൻ സന്ദേശമനുസരിച്ച് റൈബോസോമുകളിൽവെച്ച് അമിനോ അമ്ലങ്ങൾ ക്രമീകരിച്ച് പ്രോട്ടീനുകൾ നിർമിക്കുന്നതിനെ ട്രാൻസ്ലേഷൻ എന്ന് പറയുന്നു. ഈ മൂന്ന് തന്മാത്രകൾ തമ്മിലുള്ള മേൽപ്പറഞ്ഞ ബന്ധത്തെ തന്മാത്രാരസതന്ത്രത്തിലെ സെൻട്രൽ തത്വം (central dogma) എന്ന് പറയുന്നു.

എങ്ങനെയാണ് ന്യൂക്ലിയോടൈഡുകളാൽ നിർമിതമായ ജീനുകൾ പ്രോട്ടീൻ നിർമിക്കുന്നതിനുപയോഗിക്കുന്ന അമിനോ അമ്ലങ്ങളുടെ ക്രമം നിയന്ത്രിക്കുന്നത് എന്ന സംശയം വരാം. നാലുതരം ന്യൂക്ലിയോടൈഡുകളുടെ പ്രത്യേകക്രമമാണ് ഒരു ജീനിന്റെ പ്രത്യേകത നിശ്ചയിക്കുന്നത്. പ്രോട്ടീനുകളിലാകട്ടെ 20 അമിനോ അമ്ലങ്ങളുണ്ട്. ഇവയുടെ നിശ്ചിത ക്രമമാണ് ഓരോ പ്രോട്ടീനിനെയും മറ്റുള്ളവയിൽ നിന്ന് വ്യത്യസ്തമാക്കുന്നത്. മൂന്ന് ന്യൂക്ലിയോടൈഡുകൾ ഒരു അമിനോ അമ്ലത്തിന്റെ കോഡ് ആയി പ്രവർത്തിക്കുന്നു എന്ന് ശാസ്ത്രജ്ഞർ കണ്ടെത്തി. ഇതാണ് ജനിതകകോഡ്. 4 ന്യൂക്ലിയോടൈഡുകൾക്ക് ഇത്തരം 64 കോഡുകൾ ഉണ്ടാക്കാൻ കഴിയും. മിക്ക അമിനോ അമ്ലങ്ങൾക്കും ഒന്നിലധികം കോഡുകളുണ്ട്. വേറെ ചില കോഡുകൾ ഒന്നിനെയും പ്രതിനിധാനം ചെയ്യുന്നില്ല. പ്രോട്ടീൻ നിർമാണം ആരംഭിക്കാനുള്ള സന്ദേശം നൽകുന്നവയാണ് വേറെ ചില കോഡുകൾ ചെയ്യുന്നത്.

പ്രോട്ടീൻ നിർമാണം വളരെ സങ്കീർണമായ പ്രക്രിയയാണ്. കോശങ്ങളിലുള്ള റൈബോസോമുകളിലാണ് ഇത് നടക്കുക. നിരവധി എൻസൈമുകൾ ഇതിനായി ഉപയോഗപ്പെടുത്തുന്നു.

ജനിതക എഞ്ചിനീയറിങ്ങും ബയോടെക്നോളജിയും

കഴിഞ്ഞ നൂറ്റാണ്ടിന്റെ അവസാന ഘട്ടത്തിൽ കണ്ടെത്തിയ ജനിതക എഞ്ചിനീയറിങ് രീതികൾ ജനിതകത്തിൽ വൻമുന്നേറ്റമുണ്ടാക്കി. റീകോംബിനെന്റ് DNA സങ്കേതം എന്നാണ് ഇതറിയപ്പെടുന്നത്. ഒരു

ഹെർബർട്ട് ബോയർ

സ്റ്റാൻലി കോഹൻ

ജീവിയുടെ ജീൻ മറ്റൊന്നിലേക്ക് പറിച്ചുനടലാണ് ഇത്. 1973 ൽ ഹെർബർട്ട് ബോയർ (സ്റ്റാൻസ്ഫോർഡ് സർവകലാശാല) സ്റ്റാൻലി കോഹൻ (കാലിഫോർണിയ സർവകലാശാല) എന്നിവർ ചേർന്നാണ് ഇതാദ്യമായി വിജയകരമായി പരീക്ഷിച്ചത്. റസ്ട്രിക്ഷൻ എൻഡോന്യൂക്ലിയേസ് എന്ന എൻസൈം ഉപയോഗിച്ചാണ് ഈ കോളി എന്ന ബാക്ടീരിയത്തിലെ പ്ലാസ്മിഡിലെ (ബാക്ടീരിയങ്ങളിൽ ക്രോമസോമിനു പുറത്തുള്ള ജനിതകവസ്തുക്കളാണ് പ്ലാസ്മിഡുകൾ) DNA യെ ഇവർ വിലങ്ങനെ മുറിച്ചു. പ്ലാസ്മിഡിലെ DNA വൃത്താകൃതിയിൽ രണ്ടറ്റവും യോജിച്ചതാണ്. ഇങ്ങനെ മുറിഞ്ഞഭാഗത്ത് പുറത്തുനിന്നുള്ള ഒരു ജീൻ വെച്ചശേഷം ലൈഗേസ് എന്ന എൻസൈം ഉപയോഗിച്ച് ഒട്ടിച്ചുചേർത്ത് പഴയ വൃത്താകൃതിയിലാക്കി. ഈ പുതിയ പ്ലാസ്മിഡിനെ വീണ്ടും ബാക്ടീരിയത്തിൽ പ്രവേശിപ്പിച്ചപ്പോൾ പുതിയ ജീനിന്റെ ഉൽപ്പന്നമായ പ്രോട്ടീനുകൾ ബാക്ടീരിയത്തിൽ നിർമിക്കുന്നതായി കണ്ടെത്തി. ഇന്ന് വൈദ്യശാസ്ത്ര രംഗത്ത് ജനിതക എഞ്ചിനീയറിങ് രീതി ഉപയോഗിച്ച് ഒട്ടേറെ മരുന്നുകൾ ഉൽപ്പാദിപ്പിക്കുന്നുണ്ട്. പ്രമേഹ ചികിൽസയ്ക്കുപയോഗിക്കുന്ന ഇൻസുലിൻ ഈ കോളിയെ ഉപയോഗിച്ച് നിർമിക്കുന്നു. മറ്റൊരു ഹോർമോണായ സൊമാറ്റോസ്റ്റാറ്റിൻ, നിരവധി വാക്സിനുകൾ എന്നിവയും ഈ രീതിയിൽ വ്യാവസായികമായി ഉൽപ്പാദിപ്പിക്കുന്നു. ഗവേഷണപഠനങ്ങളിൽ മിന്നാമിന്നിയുടെ വെളിച്ചത്തിന് കാരണമായ ജീൻ പുകയിലച്ചെടിയിലും ജെല്ലി മത്സ്യങ്ങളുടെ ജീൻ കുരങ്ങുകളിലും എല്ലാം എത്തിക്കാൻ കഴിഞ്ഞിട്ടുണ്ട്. ജീവികളെ ഉപയോഗിച്ച് വ്യാവസായികമായി രാസവസ്തുക്കൾ നിർമിക്കുന്ന രീതിയെ ബയോടെക്നോളജി എന്ന് പറയും. ജനിതക എഞ്ചിനീയറിങ്ങിന്റെ സാധ്യതകൾ ബയോടെക്നോളജി

മേഖലയിൽ പൂർണമായും ഉപയോഗപ്പെടുത്തുന്ന പരീക്ഷണങ്ങൾ വ്യാപകമായി നടന്നുവരുന്നു. ഭക്ഷ്യോൽപ്പാദനവർധനയ്ക്ക് സൂക്ഷ്മ ജീവികളെ ഉപയോഗപ്പെടുത്തുക, മലിനീകരണനിയന്ത്രണത്തിന് സൂക്ഷ്മജീവികളെ സജ്ജരാക്കുക, ബാക്ടീരിയങ്ങളുടെ നൈട്രജൻ ഫിക്സിങ് ജീനുകളെ നെൽച്ചെടിയിലും മറ്റും മാറ്റി സ്ഥാപിക്കുക എന്നിവയിലാണ് ഗവേഷണങ്ങൾ നടക്കുന്നത്. പെട്ടെന്ന് ചീഞ്ഞുപോകാത്ത തക്കാളിയിനം 1993 ൽ തന്നെ കൃഷിചെയ്യാൻ തുടങ്ങി. ഇത് ജീൻമാറ്റം വരുത്തി ഉണ്ടാക്കിയ ഇനമാണ്. ബാക്ടീരിയത്തിൽ നിന്നെടുത്ത Bt എന്ന ജീൻ (ഇത് ബാസില്ലസ് തുരുഞ്ചിയൻസിസ് എന്നതിന്റെ ചുരുക്കരൂപമാണ്) പല സസ്യങ്ങളിലും (ഉദാഹരണം പരുത്തി, സൊയാബീൻ, നെല്ല്, വഴുതിന) പ്രവേശിപ്പിച്ചിട്ടുണ്ട്. ഇന്ത്യയിൽ Bt പരുത്തി കൃഷിചെയ്തത് വൻ വിവാദമുണ്ടാക്കിയിട്ടുണ്ട്. Bt നെല്ലിനങ്ങളും Bt വഴുതനയും പരീക്ഷണഘട്ടത്തിലാണ്. അമേരിക്കയിലും മറ്റും Bt സൊയാബീൻ കൃഷിചെയ്യുന്നുണ്ട്. കീടവളർച്ചയെ പ്രതിരോധിക്കുന്ന ജീനാണ് Bt ജീൻ. വൈറ്റമിൻ A അടങ്ങിയ നെല്ലിനങ്ങൾ ഉൽപ്പാദിപ്പിച്ചിട്ടുണ്ട്. ബയോടെക്നോളജി ഉപയോഗിച്ചുണ്ടാക്കുന്ന GM ഭക്ഷണങ്ങൾ (ജനിതക മാറ്റംവരുത്തിയവ) ഭാവിയിൽ ഭക്ഷ്യോൽപ്പാദനരംഗത്ത് സ്ഥാനമുറപ്പിക്കും എന്ന തുറപ്പാണ്. അതേസമയം മൊൺസാന്റോപോലുള്ള കമ്പനികൾ ഈ രീതി ഉപയോഗിച്ച് അന്തകൻ ജീനുകളെ (terminator gene) സസ്യങ്ങളിൽ സന്നിവേശിപ്പിച്ച് സാമ്പത്തികനേട്ടങ്ങളുണ്ടാക്കാൻ ശ്രമിക്കുന്നത് വൻപ്രതിഷേധങ്ങൾക്ക് കാരണമായിട്ടുണ്ട്. സൂക്ഷ്മജന്തുക്കളെ യുദ്ധാവശ്യത്തിന് രൂപാന്തരപ്പെടുത്തും എന്ന ഭീഷണിയും നിലനിൽക്കുന്നു.

ക്ലോണിങ്

ക്ലോണിങ് പരീക്ഷണങ്ങൾ ജീവശാസ്ത്രരംഗത്തെ മറ്റൊരു ഗവേഷണ മേഖലയാണ്. 1962 ൽ ജോൺ ഗർഡൻ എന്ന ശാസ്ത്രജ്ഞൻ സീനോപ്പസ് (Xenopus) എന്നയിനം തവളയിൽ ക്ലോണിങ് നടത്തുന്നതിൽ വിജയിച്ചു. തവളയുടെ അണ്ഡത്തിലെ ന്യൂക്ലിയസുകൾ അൾട്രാവയലറ്റ് രശ്മികൾ ഉപയോഗിച്ച് നശിപ്പിച്ചശേഷം മറ്റൊരു തവളയിൽ നിന്നെടുത്ത കോശങ്ങളിലെ ന്യൂക്ലിയസുകൾ അണ്ഡങ്ങളിൽ കടത്തിവിട്ടു. ഇങ്ങനെ പുതു ന്യൂക്ലിയസ് സ്വീകരിച്ച അണ്ഡങ്ങൾ കുറച്ചെണ്ണം വളർന്ന് തവളകളായി. ന്യൂക്ലിയസ് എടുത്ത തവളയിനങ്ങളുടെ പകർപ്പുകളായിരുന്നു അവ. പക്ഷേ, ഉയർന്നജീവികളിൽ ക്ലോണിങ് വിജയി

ജോൺ ഗർഡൻ

ക്കില്ല എന്നായിരുന്നു അന്നത്തെ ശാസ്ത്രജ്ഞരുടെ വിലയിരുത്തൽ.

ക്ലോണിങ് പരീക്ഷണങ്ങൾ വൻ വാർത്താപ്രാധാന്യം നേടിയത് 1996 ൽ ഡോളിയുടെ പിറവിയോടുകൂടിയാണ്. എഡിൻബറോയിലെ റോസ്ലിൻ ഇൻസ്റ്റിറ്റ്യൂട്ടിലെ ഡോക്ടർ ഇയാൻ വിൽമുട്ടാണ് ഡോളിയുടെ സൃഷ്ടാവ്. ഗർഭാശയത്തിന് പുറത്ത് ബീജസങ്കലനം നടത്തിയശേഷം ഭ്രൂണത്തെ കുറച്ചുകാലം പുറത്ത് വളർത്തി അനുയോജ്യമായ സമയത്ത് സ്ത്രീകളുടെ (അമ്മയോ മറ്റ് സ്ത്രീകളോ ആവാം) ഗർഭാശയത്തിൽ നിക്ഷേപിക്കുന്ന ടെസ്റ്റ്ട്യൂബ് രീതി ഇതിൽ ഉപയോഗിച്ചു. (1978 ൽ തന്നെ ആദ്യത്തെ ടെസ്റ്റ് ട്യൂബ് ശിശുവായ ലൂയി ബ്രൗൺ പിറന്നിരുന്നു) വിൽമുട്ടിന്റെ പരീക്ഷണത്തിനാവശ്യമായ ശരീരകോശങ്ങൾ ആറു വർഷം പ്രായമുള്ള ഫിൻഡോർസെറ്റ് ഇനം ചെമ്മരിയാടിൽ നിന്നാണെടുത്തത്. കുറേദിവസങ്ങൾ ഈ കോശങ്ങൾ ശീതികരണികളിൽ സൂക്ഷിച്ചു. പോൾ ഡൊർസെറ്റ് ഇനം പെണ്ണാടുകളിൽ നിന്ന് അണ്ഡങ്ങൾ ശേഖരിച്ചു. ഈ അണ്ഡങ്ങളിലെ ന്യൂക്ലിയസുകൾ മാറ്റിയ ശേഷം ഓരോ അണ്ഡവും ഓരോ അകിടുകോശവുമായി സംയോജിപ്പിച്ചു. ശക്തികുറഞ്ഞ വൈദ്യുതിയാണ് ഇതിനായി ഉപയോഗിച്ചത്. ഇങ്ങനെയുണ്ടായ ഭ്രൂണങ്ങളെ സ്കോട്ടിഷ് ബ്ലേക്ക്ഫേസ് എന്നയിനം ആടുകളുടെ ഗർഭാശയത്തിൽ ടെസ്റ്റ് ട്യൂബ് സങ്കേതം ഉപയോഗിച്ച് വളർത്തിയെടുത്തു. അവസാനം ഡോളി പിറന്നപ്പോൾ ന്യൂക്ലിയസ് നൽകിയ അമ്മയുടെ തനിപ്പകർപ്പായിരുന്നു. സാധാരണപോലെ കുഞ്ഞുങ്ങൾക്ക് ജന്മം നൽകിയ ശേഷം രോഗം വന്നാണ് ഡോളി മരിച്ചത്.

ഡോളി

ഡോളിക്കുശേഷം നിരവധി ജന്തുക്കളിൽ ക്ലോണിങ് രീതി പലരൂപത്തിലും പരീക്ഷിച്ച് വിജയിച്ചിട്ടുണ്ട്. കുമുലൈന എന്ന ചുണ്ടെലി (1997) പോളി,

മില്ലി

ടെട്ര

മോളി എന്നീ ചെമ്മരിയാടുകൾ (1997) മില്ലി, ക്രിസ്റ്റാ എന്നീ പന്നികൾ (2000) ടെട്ര എന്ന കുരങ്ങൻ (2001) കോപ്പികാറ്റ് എന്ന പൂച്ച (2001) പ്രൊമേത്യ എന്ന കുതിര (2003) സ്നപ്പി എന്ന നായ (2005) എന്നിവ പ്രശസ്തമാണ്. മനുഷ്യരിൽ ക്ലോണിങ് പരീക്ഷണം പല രാജ്യങ്ങളും നിയമം മൂലം നിരോധിച്ചിട്ടുണ്ട്.

ജനിതക എഞ്ചിനീയറിങ്ങും ക്ലോണിങ്ങും ഒരേസമയം ഉപയോഗിച്ചും പരീക്ഷണങ്ങൾ നടക്കുന്നു. അന്യജന്തുക്കളുടെയും ജീൻ അണ്ഡത്തിൽ കടത്തിവിട്ടശേഷം ക്ലോണിങ് രീതിയിൽ പുതിയ സന്തതികളെ വളർത്തിയെടുക്കലാണ് ഒരു രീതി. 1998 ൽ പിറന്ന മിറ എന്ന ചെമ്മരിയാട് ഇത്തരത്തിൽപ്പെട്ടതാണ്. ആന്റിത്രോംബിൻ എന്ന പ്രോട്ടിനുണ്ടാക്കുന്ന ജീൻ ഉള്ള ഭ്രൂണകോശമാണ് ഇതിനുപയോഗിച്ചത്. ന്യൂക്ലിയസ് മാറ്റിയ മറ്റൊരു ഭ്രൂണകോശവുമായി ഇതിനെ യോജിപ്പിച്ച ശേഷം വളർത്തിയെടുത്തു. ഇത്തരം രണ്ട് ചെമ്മരിയാടുകൾ കൂടി പിന്നീട് പിറന്നു. ചികിത്സയ്ക്കുപയോഗിക്കാവുന്ന ഹോർമോണുകളും മറ്റും പാലിലൂടെ സ്രവിക്കുന്ന ജന്തുക്കളെ വളർത്തിയെടുക്കാനും ശ്രമം തുടരുന്നു.

2005ൽ ക്രോണിങ്ങിലൂടെ സൃഷ്ടിച്ച സ്നപ്പി എന്ന നായ

മൂലകോശങ്ങൾ (Stemcells)

ഇന്ന് ഗവേഷകരുടെ സവിശേഷ ശ്രദ്ധ കേന്ദ്രീകരിച്ചിരിക്കുന്ന ഗവേഷണമേഖലയാണ് മൂലകോശങ്ങൾ ഉപയോഗിച്ചുള്ള പഠനങ്ങൾ വിഭേദനം (differentiation) നടക്കാത്ത കോശങ്ങളാണിവ. സ്ഥിരമായി വിഭജനം നടക്കും എന്നതിനുപുറമെ ഏതുതരം കോശങ്ങളായി മാറാനും ഇവയ്ക്ക് കഴിയും. ഭ്രൂണങ്ങളിൽ നിന്ന് വേർതിരിച്ചെടുക്കുന്ന മൂലകോശങ്ങളുപയോഗിച്ചാണ് ഗവേഷണങ്ങളധികവും നടന്നിട്ടുള്ളത്. 1981 ൽ എലികളുടെ ഭ്രൂണങ്ങളിൽ നിന്ന് ആദ്യമായി മൂല കോശങ്ങളെ വേർതി

രിച്ചെടുത്തു. ഹൃദ്രോഗികൾ, തലച്ചോറിന് ക്ഷതമേറ്റവർ, പാർക്കിൻസൺ രോഗം ബാധിച്ചവർ എന്നിവർക്കെല്ലാം നഷ്ടപ്പെട്ട കോശങ്ങൾക്ക് പകരം വെക്കാൻ കോശങ്ങൾ ഉണ്ടാക്കിയെടുക്കാൻ ഈ രീതിയിൽ സാധിക്കും എന്നാണ് പ്രതീക്ഷിക്കുന്നത്. ജന്തുക്കളിൽ നടത്തിയ പരീക്ഷണങ്ങളിൽ നിന്ന് ഇതിന് സൂചനകൾ ലഭിച്ചു. പുറത്തുനിന്നുള്ള ശരീരകോശങ്ങളെ ശരീരം തിരസ്കരിക്കുന്ന പ്രശ്നം ഒഴിവാക്കാനും ശാസ്ത്രജ്ഞർ വഴികൾ കണ്ടെത്തിയിട്ടുണ്ട്. ചികിൽസിക്കേണ്ട ആളിന്റെ ദേഹത്തിൽ നിന്നെടുക്കുന്ന കോശങ്ങളിലെ ന്യൂക്ലിയസുകൾ ഏതെങ്കിലും അണ്ഡകോശത്തിലെ ന്യൂക്ലിയസിന് പകരം സ്ഥാപിച്ച് ഭ്രൂണങ്ങളെ വളർത്തിയെടുത്ത് മൂലകോശങ്ങളെ ഉണ്ടാക്കിയെടുക്കലാണ് ഈ രീതി. മനുഷ്യക്ലോണിങ് നിരോധിച്ച രാജ്യങ്ങളിൽപ്പോലും ഇത്തരം ഗവേഷണങ്ങൾ അനുവദിച്ചിട്ടുണ്ട്. ഇന്ത്യയിൽ ബാംഗ്ലൂരുള്ള നാഷണൽ സെന്റർ ഫോർ ബയോളജിക്കൽ സയൻസിലും ടാറ്റാ ഇൻസിസ്റ്റിറ്റ്യൂട്ട് ഓഫ് ഫണ്ടമെന്റൽ റിസർച്ചിലും മൂലകോശഗവേഷണങ്ങൾ നടക്കുന്നു.

ജീൻ ചികിത്സ

പാരമ്പര്യകോശങ്ങൾ ഉണ്ടാവുന്നത് ജീനുകളുടെ തകരാറുകൾ കൊണ്ടാണ്. മ്യൂട്ടേഷനുകളുണ്ടാവുമ്പോൾ ജീനുകളുടെ സ്വാഭാവിക പ്രവർത്തനം തകരാറിലാവുന്നു. നാലായിരത്തിലധികം പാരമ്പര്യരോഗങ്ങൾ മനുഷ്യരിൽ കണ്ടെത്തിയിട്ടുണ്ട്. മാറ്റംവന്ന ജീനുകൾക്ക് പകരമായി സാധാരണജീനുകൾ എത്തിച്ചാൽ ഈ രോഗങ്ങളെ മാറ്റാം എന്നതാണ് ജീൻ ചികിത്സയുടെ ശാസ്ത്രീയവശം.

1990 ൽ തന്നെ ജീൻചികിത്സ വിജയം കണ്ടിരുന്നെങ്കിലും തുടർന്ന് അതിന് വിചാരിച്ചത്ര നേട്ടങ്ങളുണ്ടാക്കാൻ കഴിഞ്ഞില്ല. 1990 ൽ അഷാന്തി ഡി സിൽവ എന്ന കുട്ടിക്ക് വന്ന S C I D (Severe Combined immuno deficiency) എന്ന രോഗം ഈ രീതിയിൽ ചികിൽസിച്ച് മാറ്റി. രോഗപ്രതിരോധശേഷി പൂർണമായും നശിക്കുന്നതാണ് രോഗലക്ഷണം. രോഗാണുവിമുക്ത അറകളിൽ മാത്രമേ ജീവിക്കാൻ പറ്റൂ. ഈ രോഗത്തിന് കാരണം അഡിനോസിൻ ഡി അമിനേസ് (ADA) എന്ന എൻസൈമിന്റെ അഭാവമാണ്. ഇതുണ്ടാക്കുന്ന ജീനിനെ ADA ജീൻ എന്ന് വിളിക്കുന്നു. ചികിൽസയ്ക്കായി ആദ്യം കുട്ടിയുടെ രക്തത്തിൽ നിന്ന് വെളുത്തരക്താണുക്കളെ വേർതിരിച്ചെടുത്തു. പ്രത്യേക മാധ്യമത്തിൽ വളർത്തിയ ഈ കോശങ്ങളിലേക്ക് വൈറസുകളുപയോഗിച്ച് ADA ജീൻ കടത്തിവിട്ടു. പിന്നീട് ADA ജീൻ ഉള്ള രക്താണുക്കൾ രോഗിയിൽ കുത്തിവെച്ചു. മാസത്തിൽ ഒരിക്കൽ വീതം നാലു പ്രാവശ്യം കുത്തിവെച്ചതോടെ രോഗം നിയന്ത്രണവിധേയമായി. പിന്നീട് കുറേക്കാലം കൂടുമ്പോൾ കുത്തിവെപ്പ് നടത്തി ഇപ്പോൾ രോഗം പൂർണമായും മാറിയിട്ടുണ്ട്.

ഇന്ന് ഭ്രൂണാവസ്ഥയിൽ തന്നെ പാരമ്പര്യരോഗങ്ങൾ കണ്ടെത്താനുള്ള മാർഗങ്ങളുണ്ട്. ഭ്രൂണാവസ്ഥയിൽ തന്നെ പാരമ്പര്യരോഗങ്ങൾ

ജീൻ കുത്തിവെപ്പിലൂടെ നിയന്ത്രിക്കാൻ കഴിയുമോ എന്നതിനെ സംബ ന്ധിച്ച് പരീക്ഷണങ്ങൾ നടക്കുന്നു. ഹീമോഫീലിയ, സിസ്റ്റിക് ഫൈബ്രോ സിസ്, ക്യാൻസർ ഇവയെ ജീൻ ചികിത്സയിലൂടെ തടയാൻ പറ്റും എന്ന് ജനിതക വിദഗ്ധർ പ്രത്യാശിക്കുന്നു.

മനുഷ്യജീനോം പ്രോജക്ടും ജീനോം പഠനങ്ങളും

ഒരു ജീവിയുടെ എല്ലാ ജീനുകളും ചേർത്ത് അതിന്റെ ജീനോം എന്ന് പറയുന്നു. ഇതിനകം കുറെ ജീവികളുടെ ജീനോം മേപ്പ് തയാറാ ക്കിക്കഴിഞ്ഞിട്ടുണ്ട്. 1976 ൽ തന്നെ MS_2 എന്ന വൈറസിന്റെ ജീനോം പഠനം നടത്തിയിരുന്നു. 18 ലക്ഷത്തോളം ബേസ് ജോഡികളുള്ള *ഹിമോ ഫീലിസ് ഇൻഫ്ളുവൻസ്* എന്ന ബാക്ടീരിയത്തിന്റെ ജീനോം 1995 ൽ പൂർത്തിയാക്കി. യീസ്റ്റ്, ഡ്രോസോഫില എന്ന പഴ ഈച്ച, സീനോറാ ബ്ഡൈറ്റീസ് ഇലഗാൻസ് എന്നയിനം വിര തുടങ്ങി നിരവധി ജീവിക ളുടെ ജീനേമുകൾ മേപ്പ് ചെയ്യപ്പെട്ടിട്ടുണ്ട്.

മനുഷ്യജീനോമിൽ 300 കോടി ബേസുകളുണ്ട്. ജീനോം മേപ്പ് ചെയ്യുന്ന വൻ പദ്ധതി 1990 ൽ ഔദ്യോഗികമായി ആരംഭിച്ചു. അമേരിക്ക യിലെ നാഷണൽ ഇൻസ്റ്റിറ്റ്യൂട്ട് ഓഫ് ഹെൽത്തും ഡിപ്പാർട്ട്മെന്റ് ഓഫ് എനർജിയും ചേർന്നായിരുന്നു ഇത് ആരംഭിച്ചത്. 3 ദശലക്ഷം ഡോളർ ഇതിനായി വകയിരുത്തി. 15 വർഷമാണ് കാലാവധിയായി വിഭാവനം ചെയ്തിരുന്നത്. ചൈന, ജപ്പാൻ, ഫ്രാൻസ്, ജർമനി, യു കെ എന്നിവിട ങ്ങളിലെ ജനിതകശാസ്ത്രജ്ഞർ ഈ പദ്ധതിയെ സഹായിച്ചു. ആദ്യം പ്രശസ്ത ശാസ്ത്രജ്ഞനായ ജയിംസ് വാട്സൻ ആയിരുന്നു ഇതിന്റെ തലവൻ. 1992 ൽ അദ്ദേഹം രാജിവെച്ചപ്പോൾ ഫ്രാൻസിസ് കോളിൻസ് നേതൃത്വം നൽകി. ഗവേഷണ പ്രവർത്തനകാലത്ത് കമ്പ്യൂട്ടിങ് സാങ്കേതികവിദ്യയിൽ വൻ മുന്നേറ്റമുണ്ടായതുമൂലം ജീനോമിന്റെ ഏക ദേശരൂപം 2000 തന്നെ തയാറാക്കാൻ കഴിഞ്ഞു. അവസാനകാലത്ത് സെലേറ ജീനോമിക്സ് എന്ന സ്വകാര്യസ്ഥാപനവുമായി മൽസരമുണ്ടാ യതും വേഗത കൂടാൻ കാരണമായി. 2003 ഏപ്രിലോടെ പദ്ധതി പൂർത്തി യായി.

മനുഷ്യജീനോമിൽ 20,000 മുതൽ 30,000 വരെ ജീനുകളുള്ളതായി പഠനത്തിൽ കണ്ടെത്തി. ആകെയുള്ള ബേസുകളിൽ ചെറിയൊരുശത മാനമേ ജീനുകളായി പ്രവർത്തിക്കുന്നുള്ളു. 40 ശതമാനം ബേസുകൾ ആവർത്തന ഭാഗങ്ങളാണെന്നും മനസിലായി.

മനുഷ്യജീനോം പഠനത്തിന്റെ ഫലമായി പ്രതീക്ഷിക്കുന്ന കാര്യ ങ്ങൾ പലതാണ്. ജീനുകളെ മനസിലാക്കിയാൽ ജനിതകരോഗങ്ങളെ എളുപ്പം നേരിടാൻ കഴിയും. ബയോടെക്നോളജി സങ്കേതങ്ങൾ ഉപ യോഗപ്പെടുത്തി ജീൻ ഉൽപ്പന്നങ്ങൾ നിർമിക്കാൻ ഇത് സഹായകമാവും; മനുഷ്യ പരിണാമത്തിൽ സംഭവിച്ച ജനിതകമാറ്റങ്ങൾ ഏതൊക്കെയെന്ന്

മനസിലാക്കാൻ ഇതുവഴി സാധിക്കും; ക്യാൻസർ ഗവേഷണം ഏതാനും ജീനുകളിലേക്ക് പരിമിതപ്പെടുത്താൻ പറ്റും; വിവിധ ജനവിഭാഗങ്ങളിൽ കണ്ടുവരുന്ന വ്യത്യസ്തതരത്തിലുള്ള രോഗസാധ്യതാ നിരക്കുകളുടെ ജനിതക അടിസ്ഥാനം ഈ രീതിയിൽ മനസിലാക്കാം.

വൈറസുകളുടെ ജീനോം പഠനങ്ങളിൽ ഇതിനകം പല നേട്ടങ്ങളുമുണ്ടായിട്ടുണ്ട്. അവയ്ക്കെതിരെ വാക്സിനുകൾ പലതും വികസിപ്പിച്ചെടുത്തത് ജീനോം പഠനങ്ങളെ അടിസ്ഥാനമാക്കിയാണ്. എയ്ഡ്സ് വൈറസ് ഗവേഷണങ്ങളിലും ജീനോം പഠനഫലങ്ങൾ ഉപയോഗപ്പെടുത്തുന്നുണ്ട്.

7

മനുഷ്യനും പരിസ്ഥിതിയും

പരിണാമത്തിന്റെ അവസാനഘട്ടത്തിലാണ് മനുഷ്യനുണ്ടായത്. ആധുനികമനുഷ്യന് രണ്ടുലക്ഷം വർഷത്തെ പ്രായമേയുള്ളുവെന്ന് പരിണാമ ശാസ്ത്രജ്ഞരും ജനിതകവിദഗ്ധരും കണക്കാക്കിയിട്ടുണ്ട്. നിലനിൽപ്പിന്റെ അധികകാലവും മനുഷ്യർ മൃഗസമാനമായ ജീവിതമാണ് നയിച്ചത്. അലഞ്ഞുതിരിഞ്ഞ് നടന്ന് ഇരതേടുന്ന 'നായാട്ടും ഇരതേടലും ഘട്ടം' (hunter gatherer stage) എന്ന് ഇതിനെപ്പറയാം. ഇന്നും ഈ അവസ്ഥയിൽ ജീവിതം നയിക്കുന്ന ആദിവാസിസമൂഹങ്ങളുണ്ട്. പരിസ്ഥിതി ശാസ്ത്രപരമായി നോക്കിയാൽ പ്രകൃതിക്ക് യാതൊരു പോറലും ഏൽപ്പിക്കാത്ത ജീവിതമായിരുന്നു ആദിമനുഷ്യരുടേത്. പിന്നീട് കൃഷിയിലേക്കും വ്യവസായത്തിലേക്കും സ്ഥിരമായ ആവാസസ്ഥലങ്ങൾ ഉണ്ടാക്കുന്നതിലേക്കും വളർന്നതോടെ മനുഷ്യൻ പുരോഗമിച്ചു എന്ന് പറയാം. ഇതോടൊപ്പം ഉപകരണങ്ങൾ, വസ്ത്രം, പാർപ്പിടം, സഞ്ചാരം എന്നിവയ്ക്ക് വേണ്ടി പ്രകൃതിയുടെ സ്വാഭാവികതയിൽ വലിയതോതിൽ മാറ്റം വരുത്താൻ തുടങ്ങി. മറ്റ് ജീവികൾക്ക് വംശനാശം വരുത്തുന്ന ശക്തിയായും കാലാവസ്ഥാമാറ്റങ്ങൾ വരെ വരുത്തുന്നവനായും മനുഷ്യൻ ഇന്ന് വളർന്നിരിക്കുന്നു. മണ്ണും ജലവും വായുവും വല്ലാതെ മലിനമായിരിക്കുന്നു. ഇതെല്ലാം മനുഷ്യപുരോഗതിയുടെ ഇരുണ്ട മുഖങ്ങളാണ്. മലിനീകരണം, കാലാവസ്ഥാമാറ്റങ്ങൾ ഇവയെപ്പറ്റി ചില പൊതുകാര്യങ്ങൾ ഈ അധ്യായത്തിൽ ചുരുക്കി പറയാം.

മലിനീകരണം

മലിനീകരണം എന്നത് ശാസ്ത്രജ്ഞർ നിർവചിക്കുന്നത് ഇങ്ങനെയാണ്. "വായു, ജലം, മണ്ണ് ഇവയുടെ ഭൗതിക, രാസ, ജൈവഘടനയിൽ മാലിന്യകാരികൾ കൂടുതലാവുന്നതുകാരണം ഉണ്ടാവുന്ന ദോഷം വരുത്തുന്ന മാറ്റങ്ങളാണ് മലിനീകരണം." മാലിന്യകാരികൾ എന്നാൽ "പരിസ്ഥിതിയിൽ അപകടകരമായ സാന്ദ്രതയിൽ ഉള്ള വസ്തുക്കളോ ഊർജമോ" എന്നാണ് നിർവചനം. ശബ്ദം, ചൂട്, റേഡിയേഷൻ ഇവ ഊർജരൂപത്തിലുള്ള മാലിന്യകാരികളാണ്.

മാലിന്യകാരികളെ പലവിധത്തിൽ വർഗീകരിക്കാറുണ്ട്. ജലം, വായു, മണ്ണ് ഇവയുടെ മലിനീകരണത്തെ യഥാക്രമം ജലമലിനീകരണം, വായുമലിനീകരണം, മണ്ണ് മലിനീകരണം എന്ന് വിഭജിക്കാം. അതേപോലെ മാലിന്യകാരികളെ അടിസ്ഥാനമാക്കി രാസമലിനീകരണം ശബ്ദമലിനീകരണം, റേഡിയേഷൻ മലിനീകരണം എന്നും വർഗീകരിക്കാം.

മാലിന്യകാരികൾ രണ്ടുതരത്തിൽ പെട്ടവയാണ്. ഒരു വിഭാഗത്തിൽ പെട്ടവ ജൈവ വിഘടനം നടക്കുന്നവയാണ് (ഉദാ: ചപ്പുചവറുകൾ, കടലാസ്, റബ്ബർ) രണ്ടാമത്തെ വിഭാഗത്തിൽപെട്ടവയ്ക്ക് വിഘടനം നടക്കുന്നില്ല. (ഉദാ: പ്ലാസ്റ്റിക്) ഇവയെ യഥാക്രമം വിഘടനം നടക്കുന്നവ, വിഘടനം നടക്കാത്തവ എന്ന് വർഗീകരിക്കാം.

വായു മലിനീകരണം

നാം ശ്വസിക്കുന്ന വായു പലവിധത്തിൽ മലിനമാകുന്നു. വായുമലിനീകരണം അത് ഉത്ഭവിക്കുന്ന സ്ഥലത്തുമാത്രം ഒതുങ്ങിനിൽക്കാറില്ല. കാറ്റിലൂടെ വിദൂരസ്ഥലങ്ങളിലെത്തുകയും മുകളിലേക്കുയരുകയും ചെയ്യും. ആഗോള തലത്തിൽ കാലാവസ്ഥാമാറ്റങ്ങളുണ്ടാക്കാൻ മാത്രം ശക്തമാണ് വായുമലിനീകരണം. പ്രകൃതിയിലെ സ്വാഭാവിക പ്രവർത്തനങ്ങൾ മൂലമുണ്ടാകുന്ന വായു മലിനീകരണത്തെ സ്വാഭാവിക മലിനീകരണം (natural pollution) എന്നും മനുഷ്യനു

വായുമലിനീകരണം ഒരു സാറ്റ്ലൈറ്റ് ദൃശ്യം

ണ്ടാക്കുന്ന വായുമലിനീകരണത്തെ മനുഷ്യപ്രേരിതം (anthropogenic pollution) എന്നും പറയുന്നു. അഗ്നിപർവത സ്ഫോടനം മൂലമുണ്ടാകുന്ന വാതകങ്ങൾ, പൊടി, കാട്ടുതീ, പൊടിക്കാറ്റ്, ചതുപ്പുനിലങ്ങളിൽ നിന്നുള്ള വാതകങ്ങൾ എന്നിവ സ്വാഭാവിക മലിനീകരണത്തിനിടയാക്കുന്നു. ഇവയെ നിയന്ത്രിക്കാനും പ്രയാസമാണ്.

മനുഷ്യപ്രവർത്തനഫലമായി അടുത്തകാലത്ത് അന്തരീക്ഷ മലിനീകരണം വളരെ വർധിച്ചിട്ടുണ്ട്. ഫാക്ടറികൾ, ഊർജോൽപ്പാദന സംവിധാനങ്ങൾ ഇവയെ വായുമലിനീകരണം വരുത്തുന്ന നിശ്ചല സ്രോതസുകൾ (Fixed source) ആയും വാഹനങ്ങളെ ചലിക്കുന്ന സ്രോതസുകൾ ആയും (Mobile source) വിഭജിക്കാറുണ്ട്.

വായു മലിനീകരണം വരുത്തുന്ന മാലിന്യകാരികളെ പ്രാഥമിക മാലിന്യകാരികൾ (primary pollutants) എന്നും ദ്വിതീയമാലിന്യകാരികൾ (secondary pollutants) എന്നും വിഭജിക്കാറുണ്ട്.

(I) പ്രാഥമിക മാലിന്യകാരികൾ

ഇവ സ്രോതസുകളിൽ നിന്ന് നേരിട്ട് വായുവിൽ കലരുന്നു. ഇവയെ വാതകങ്ങൾ, കണികാമാലിന്യങ്ങൾ എന്നിങ്ങനെ രണ്ടായി തിരിക്കാം.

എ. വാതകങ്ങൾ

(1) **കാർബൺ ഡയോക്സൈഡ് (Co_2)** നിശ്ചല സ്രോതസുകളിൽ നിന്നും വാഹനങ്ങളിൽ നിന്നും ഏറ്റവും കൂടുതൽ ഉണ്ടാവുന്ന മാലിന്യകാരികളാണ് Co_2. പ്രകൃതിയിലെ സ്വാഭാവിക പ്രവർത്തനങ്ങൾ മൂലവും ഇതുണ്ടാവുന്നുണ്ട്. കാലാവസ്ഥാ പഠനങ്ങൾ സൂചിപ്പിക്കുന്നത് കഴിഞ്ഞ കുറേക്കാലമായി Co_2 അളവ് അന്തരീക്ഷത്തിൽ കൂടിക്കൊണ്ടിരിക്കുന്നു എന്നാണ്. വ്യവസായ വിപ്ലവത്തിനുമുമ്പ് 1750 ൽ അന്തരീക്ഷത്തിൽ Co_2 വിന്റെ അളവ് 280 പി പി എം (1 പി പി എം = പത്തുലക്ഷത്തിൽ ഒരു ഭാഗം) ആയിരുന്നത് 2005 ലെത്തിയപ്പോഴേക്കും 379 പി പി എം ആയി വർധിച്ചു. അന്തരീക്ഷത്തിൽ ഹരിതഗൃഹപ്രഭാവം കൂട്ടി ഇത് ആഗോളതാപനത്തിനിടയാക്കുന്നതായി കുറച്ചുകാലം മുമ്പ് ഐക്യരാഷ്ട്രസംഘടന രൂപീകരിച്ച കമ്മിറ്റി റിപ്പോർട്ടു ചെയ്തിട്ടുണ്ട്. ധ്രുവപ്രദേശങ്ങളിലെയും ഉയർന്ന പർവതനിരകളിലെയും മഞ്ഞ് ഉരുകി കടൽനിരപ്പ് ഉയരാനും, കാലാവസ്ഥാ മേഖലകൾ മാറാനും ആഗോളതാപനം വഴിവെക്കുന്നു. മനുഷ്യന്റെ ആരോഗ്യത്തെ Co_2 നേരിട്ട് ബാധിക്കുന്നില്ല.

(2) **കാർബൺമോണോക്സൈഡ് (Co)** ഫോസിൽ ഇന്ധനങ്ങളുടെ അപൂർണദഹനം വഴി കാർബൺമോണോക്സൈഡ് ഉണ്ടാവുന്നു. ഇത് മാരകവിഷമാണ്. രക്തത്തിലെ ഹീമോഗ്ലോബിനുമായി ചേർന്ന് ഓക്സിജൻ വഹിക്കാനുള്ള ശേഷി ഇല്ലാതാക്കുന്നു. ക്ഷീണം, മടി, കാഴ്ചക്കുറവ് എന്നിവയാണ് പ്രാഥമിക ലക്ഷണങ്ങൾ. കൂടുതൽ ശ്വസിച്ചാൽ മരണം സംഭവിക്കും. പ്രത്യേകമണമോ നിറമോ ഇല്ലാത്തതിനാൽ ഈ വാതകത്തെ തിരിച്ചറിയാൻ പ്രയാസമാണ്.

(3) **നൈട്രജന്റെ ഓക്സൈഡുകൾ** പൊതുവെ ഇവയെ No_x എന്നാണ് സൂചിപ്പിക്കുക. നൈട്രജൻ മോണോക്സൈഡ് (No), നൈട്രജൻ ഡയോക്സൈഡ് (No_2) എന്നിവയാണ് പ്രധാന ഓക്സൈഡുകൾ. വാഹനങ്ങളും വ്യവസായശാലകളും ഇവ രണ്ടും പുറത്തുവിടുന്നു. No രക്തത്തിന്റെ ഓക്സിജൻ വാഹകശേഷിയെ കുറയ്ക്കുന്നു. No_2നീരാവിയുമായി പ്രവർത്തിച്ച് നൈട്രിക് അമ്ലമായിത്തീരും. ചെറിയ അളവിൽ കണ്ണിനും ശ്വാസനാളത്തിനും അസുഖമുണ്ടാക്കുന്നു. ഉയർന്ന സാന്ദ്രതയിൽ ലോഹങ്ങൾ, തുണി എന്നിവയ്ക്ക് നിറമാറ്റമുണ്ടാക്കും. അമ്ലമഴയ്ക്കും ഇത് കാരണമാവുന്നു.

(4) **സൾഫർ ഡൈഓക്സൈഡ് (So_2)** സൾഫർ അടങ്ങിയ കൽക്കരി കത്തിക്കുമ്പോൾ So_2 ഉണ്ടാകും. ഓയിൽ റിഫൈനറികൾ, ലോഹസംസ്കരണപ്ലാന്റുകൾ എന്നിവയിൽ നിന്ന് So_2 ഉണ്ടാവും. ആസ്ത്മ, ബ്രോങ്കൈറ്റിസ് പോലുള്ള ശ്വാസകോശരോഗങ്ങൾക്ക് So_2 കാരണമാവുന്നു. സസ്യങ്ങളിൽ ഇത് ക്ലോറോസിസ് എന്ന അവസ്ഥയുണ്ടാക്കുന്നു. താജ്മഹൽ പോലുള്ള ചരിത്രസ്മാരകങ്ങൾക്ക് നാശമുണ്ടാക്കുന്നതിന് ഈ വാതകം കാരണമാവുന്നതായി കണ്ടെത്തിയിട്ടുണ്ട്. ആസിഡ് മഴയ്ക്ക് കാരണമാവുന്ന വാതകങ്ങളിലൊന്നാണിത്. ആസിഡ് മഴ ജലജീവികളുടെയും മണ്ണിലെ സൂക്ഷ്മജീവികളുടെയും നാശത്തിനിടയാക്കും.

(5) **ഹൈഡ്രോകാർബണുകൾ** വാഹനങ്ങളിൽ അപൂർണജ്വലനം നടന്നാൽ ഹൈഡ്രോ കാർബണുകളുണ്ടാവും. ജൈവവസ്തുക്കളുടെ വിഘടനഫലമായി മീതേൻ പോലുള്ള ഹൈഡ്രോകാർബണുകൾ പുറത്തുവരുന്നുണ്ട്. ബെൻസീൻ, ഫോർമാൽഡിഹൈഡ് തുടങ്ങിയവ ക്യാൻസർ കാരികളാണ്. സസ്യവളർച്ചയെ ഹൈഡ്രോകാർബണുകൾ പ്രതികൂലമായി ബാധിക്കുന്നു.

ബി. കണികാമാലിന്യങ്ങൾ (particulate matter)

ഇതിൽ വായുവിൽ തങ്ങിനിൽക്കുന്ന ഖരപദാർഥങ്ങളുടെ ചെറുതരികളും ദ്രവരൂപത്തിലുള്ള എയറോസോളുകളും ഉൾപ്പെടും. കരി, പുക, ഫ്ളൈ ആഷ്, ആസ്ബസ്റ്റോസ് നാരുകൾ, ലോഹത്തരികൾ എന്നിവയ്ക്കു പുറമെ കീടനാശിനികളും കണികാമാലിന്യങ്ങളുടെ ഘടകമാണ്. ബാക്റ്റിരീയ സ്പോറുകൾ, പരാഗങ്ങൾ തുടങ്ങിയ സ്വാഭാവിക ജൈവഘടകങ്ങളും അന്തരീക്ഷത്തിലുണ്ടാവും.

തരികളുടെ വലുപ്പമാണ് കണികകൾ അന്തരീക്ഷത്തിൽ നിൽക്കുന്നകാലവും ആരോഗ്യപ്രശ്നങ്ങളും നിശ്ചയിക്കുക. ഉദാഹരണമായി $10\mu m$ ($1\mu m = {}^1/_{1000}$ mm) ഓ കൂടുതലോ വലുപ്പമുള്ള കണങ്ങൾ ഒരു ദിവസത്തിനുള്ളിൽ ഭൂമിയിൽ അടിയും. ഇവ അധികദൂരത്തേക്ക് വ്യാപിക്കാറുമില്ല. $1\mu m$ൽ കുറവ് വ്യാസമുള്ള വസ്തുക്കൾ ആഴ്ചകളോളം

അന്തരീക്ഷത്തിൽ തങ്ങിനിൽക്കുകയും ദൂരസ്ഥലങ്ങളിലേക്ക് വ്യാപിക്കുകയും ചെയ്യും. വളരെ ചെറിയ കണികകൾ ശ്വാസകോശത്തിലെത്തി അടിഞ്ഞുകൂടും. ആസ്ബസ്റ്റോസ് ശ്വസിച്ചാലുണ്ടാവുന്ന ആസ്ബസ്റ്റോസിസ്, സിലിക്കതരികൾ ശ്വസിച്ചാലുണ്ടാകുന്ന സിലിക്കോസിസ് എന്നീ രോഗങ്ങൾ ഇങ്ങനെയുണ്ടാവുന്നവയാണ്. ആസ്ബസ്റ്റോസ് ചിലപ്പോൾ ക്യാൻസറിനും കാരണമാവാറുണ്ട്. ലെഡ്, ക്രോമിയം, മെർക്കുറി എന്നിവ വായുവിലൂടെ ശരീരത്തിലെത്തി ആരോഗ്യപ്രശ്നങ്ങളുണ്ടാക്കാറുണ്ട്. ലെഡ് മലിനീകരണം തലവേദന, ക്ഷീണം, ഉറക്കമില്ലായ്മ എന്നിവയുണ്ടാക്കും. അളവ് കൂടുതലായാൽ മരണകാരണമാവാറുണ്ട്. പരാഗങ്ങൾ അലർജിരോഗങ്ങളുണ്ടാക്കും. പുകയും പൊടിപടലങ്ങളും പ്രകാശക്കുറവിന് ഇടയാക്കുന്നു. വാഹന അപകടങ്ങൾക്ക് കാഴ്ചദൂരക്കുറവ് ഇടവരുത്തും. ഹൈഡ്രോകാർബണുകൾ പലതും ക്യാൻസർകാരികളാണ്.

അന്തരീക്ഷത്തിൽ തങ്ങിനിൽക്കുന്ന ദ്രവകണികകളാണ് എയറോസോളുകൾ. കീടനാശിനികൾ അധികവും എയറോസോളുകളായാണ് വായുവിൽ തങ്ങിനിൽക്കുന്നത്. ക്ലോറോ ഫ്ളൂറോ കാർബണുകൾ (CFC) അന്തരീക്ഷത്തിൽ ഉയർന്ന ലവലുകളിലെത്തി ഓസോൺപാളിക്ക് നാശമുണ്ടാക്കും. പ്ലാസ്റ്റിക് കത്തിക്കുമ്പോഴുണ്ടാകുന്ന PCB കൾ കരളിനെയും നാഡീവ്യൂഹത്തെയും ബാധിക്കും. സിഗററ്റുപുകയിലുള്ള ബൻസോപൈറിൻ ക്യാൻസർകാരിയാണ്.

പുകയും മഞ്ഞും ചേർന്നുണ്ടാകുന്ന പുകമഞ്ഞ് (smog) വൻ ആരോഗ്യപ്രശ്നങ്ങൾക്കും ചിലപ്പോൾ മരണത്തിനും കാരണമാകാറുണ്ട്. ചിലപ്പോൾ ദിവസങ്ങളോളം പുകമഞ്ഞ് നീണ്ടു നിൽക്കും.

II. ദ്വിതീയ മാലിന്യകാരികൾ

അന്തരീക്ഷത്തിൽ സ്വാഭാവികമായുണ്ടാവുന്ന ജലബാഷ്പവും അന്തരീക്ഷത്തിലെത്തുന്ന മാലിന്യകാരികളായ വാതകങ്ങളും തമ്മിൽ രാസപ്രവർത്തനം നടന്നുണ്ടാകുന്ന വസ്തുക്കളാണ് ദ്വിതീയ മാലിന്യകാരികൾ. ഇത്തരം പ്രവർത്തനങ്ങൾക്ക് സൂര്യപ്രകാശം ആവശ്യമാണ്. PAN (പെർഓക്സി അസറ്റൈൽ നൈട്രേറ്റ്) ഓസോൺ, ആൽഡിഹൈഡുകൾ എന്നിവയാണ് ഇങ്ങനെയുണ്ടാവുന്നത്. വ്യാവസായിക നഗരങ്ങളിൽ നിന്ന് ഇടയ്ക്കിടെ റിപ്പോർട്ടുചെയ്യപ്പെടാറുള്ള ഫോട്ടോകെമിക്കൽ സ്മോഗ് ഇത്തരം ദ്വീതീയമാലിന്യകാരികൾ അടങ്ങിയ പുകമഞ്ഞാണ്. മഞ്ഞ്, ചൂട്, സൂര്യപ്രകാശം എന്നിവയാണ് അനുകൂലഘടകങ്ങൾ. നൈട്രജൻ ഓക്സൈഡുകൾ, ഹൈഡ്രോകാർബണുകൾ, ഓക്സിജൻ ഇവ ചേർന്നാണ് PAN ഉണ്ടാകുന്നത്. കണ്ണിൽ നിന്ന് വെള്ളമൊഴുകുക, ആസ്ത്മ, ശ്വാസകോശരോഗങ്ങൾ എന്നിവയ്ക്ക് ഈ രാസവസ്തു കാരണമാകുന്നു. സസ്യങ്ങളിൽ നിറമാറ്റമുണ്ടാക്കുന്നതിന് പുറമെ വളർച്ചക്കുറവുമുണ്ടാക്കും.

ഭൂമിക്കടുത്ത ഭാഗത്ത് ഉണ്ടാകുന്ന ഓസോൺ അപകടകാരിയാണ്.

അൾട്രാവയലറ്റ് പ്രകാശത്തിൽ No_2, No യും o യും ആയി വിഘടിച്ച് അന്തരീക്ഷത്തിലെ o_2 വും o യും ചേർന്നാണ് ഓസോൺ ഉണ്ടാവുന്നത്.

uv പ്രകാശം

$No_2 \rightarrow No + o$

$o + O_2 \rightarrow o_3$ (ഓസോൺ)

ഓസോൺ നെഞ്ചുവേദന, ചുമ, കണ്ണിനുവേദന എന്നീ അസുഖങ്ങളുണ്ടാക്കും. റബ്ബറിനെ നശിപ്പിക്കാൻ ഇതിന് കഴിയും. തുണികൾക്ക് നിറം മങ്ങലുണ്ടാക്കും. സസ്യങ്ങളെ നശിപ്പിക്കും. ആൽഡിഹൈഡുകൾ ശ്വസനവ്യൂഹത്തിനും ദഹനേന്ദ്രിയങ്ങൾക്കും ദോഷം ചെയ്യും.

അമ്ലമഴ

വൻവ്യവസായങ്ങളുള്ള നഗരങ്ങളിൽ കാണുന്ന പ്രതിഭാസമാണ് അമ്ലമഴ. നൈട്രജന്റെ ഓക്സൈഡുകളും സൾഫർ ഡയൊക്സൈഡും അന്തരീക്ഷത്തിലുണ്ടാവുമ്പോഴാണ് ഇതുണ്ടാവുക. ഇവ നീരാവിയുമായി പ്രവർത്തിച്ച് നൈട്രിക് അമ്ലവും, സൾഫ്യൂരിക് അമ്ലവുമുണ്ടാവും. മഞ്ഞ്, മഴ ഇവയിൽ അമ്ലങ്ങൾ കലരുന്നു. pH അളവ് 5.6 ൽ താഴെ വരുമ്പോഴാണ് അമ്ലമഴയായി കണക്കാക്കുന്നത്.

അമ്ലമഴ ചെയ്യുന്ന ദോഷങ്ങൾ ഇവയാണ് (1) ചരിത്ര സ്മാരകങ്ങളെ വികൃതമാക്കി നശിപ്പിക്കുന്നു. (2) ജലത്തിലെ സൂക്ഷ്മജീവികളുടെ വളർച്ചതടയുന്നു. (3)മണ്ണിലെ സൂക്ഷ്മജീവികളെ കൊന്നൊടുക്കുന്നു. (4) കോറലുകൾ പോലുള്ള ജീവികൾക്ക് വൻനാശമുണ്ടാക്കുന്നു.

ജലമലിനീകരണം

ജലത്തെ സാർവത്രികലായകം (universal solvent) എന്നാണ് വിശേഷിപ്പിക്കാറ്. ശുദ്ധജലം എന്ന് വിചാരിക്കുന്ന ജലത്തിൽ പോലും പല വാതകങ്ങളും ലവണങ്ങളും ലയിച്ചുചേർന്നിട്ടുണ്ടാവും മാലിന്യവസ്തുക്കളെ എളുപ്പം സ്വീകരിക്കുന്ന സ്വഭാവവും അശുദ്ധജലത്തെ ശുദ്ധജലത്തിൽ നിന്ന് തിരിച്ചറിയാൻ പറ്റാത്തതും ജലമലിനീകരണത്തിന്റെ പ്രത്യേക പ്രശ്നങ്ങളാണ്. മാലിന്യങ്ങൾക്ക് പുറമെ രോഗാണുക്കളുടെയും മാധ്യമമാണ് ജലം.

ജലമലിനീകരണത്തിന്റെ സ്രോതസുകളെ രണ്ടായി തിരിക്കാറുണ്ട്. നഗരമാലിന്യങ്ങൾ, ഫാക്ടറി മാലിന്യങ്ങൾ എന്നിവ നിശ്ചിത മാർഗങ്ങളിലൂടെ ജലത്തിൽ കലരുന്നു. ഇവയെ പോയന്റ് സ്രോതസുകൾ (point source) എന്ന് പറയും. മഴവെള്ളം, വെള്ളപ്പൊക്കം എന്നിവ രണ്ടാമ

ജലമലിനീകരണം

ത്തെ തരത്തിൽപ്പെട്ടതാണ്. ഇത്തരം സ്രോതസുകളെ ഡിഫ്യൂസ് സ്രോതസുകൾ (diffuse source) എന്നാണ് പറയുക.

പ്രധാനമായും താഴെ പറയുന്ന വിഭാഗത്തിൽപ്പെട്ട മാലിന്യങ്ങളാണ് ജലമലിനീകരണം ഉണ്ടാക്കുന്നത്.

(1) **രോഗകാരികൾ**: - ജലജന്യരോഗങ്ങളുടെ വ്യാപനം മലിനീകൃതമായ ജലത്തിലൂടെയാണ്. മഞ്ഞപ്പിത്തം, ടൈഫോയിഡ്, കോളറ, വയറിളക്കരോഗങ്ങൾ തുടങ്ങിവയ ജലത്തിലൂടെ പകരുന്നു. ഇതേപോലെ വിരകളുടെ മുട്ടകളും ജലത്തിലൂടെ പകരും. ജലത്തിന്റെ ബാക്റ്റീരിയൽ മലിനീകരണം MPN (most probable number) ആയാണ് കണക്കാക്കുന്നത്. 100 മില്യൻ ജലത്തിലുള്ള ഈ കോളി എന്ന ബാക്ടീരിയങ്ങളുടെ എണ്ണമാണ് MPN. മനുഷ്യന്റെ മലത്തിലൂടെ പുറത്തുപോകുന്ന ഈ ബാക്റ്റീരിയം രോഗകാരിയല്ലെങ്കിലും ജലം എത്രത്തോളം മലിനമാണ് എന്ന് ഇതിന്റെ എണ്ണം നോക്കി മനസിലാക്കാം.

(2) സ്യൂവേജും ഓക്സിജനാവശ്യമുള്ള വസ്തുക്കളും

ഓടവെള്ളവും ജൈവവസ്തുക്കളും ഇത്തരം മലിനീകാരികളാണ്. ജൈവവസ്തുക്കളിൽ ബാക്റ്റീരിയ പ്രവർത്തിച്ച് അവയ്ക്ക് വിഘടനം സംഭവിക്കും. ജലത്തിൽ അലിഞ്ഞുചേർന്ന ഓക്സിജൻ ഉപയോഗിച്ചാണ് ഈ ബാക്ടീരിയങ്ങൾ ശ്വസിക്കുക. ബാക്ടീരിയങ്ങൾ അധികമായാൽ

ജലത്തിൽ ലയിച്ച ഓക്സിജന്റെ അളവ് (Do = Dissolved Oxygen) വല്ലാതെ കുറയും. ഓക്സിജൻ ഏറ്റവും പൂരിതാവസ്ഥയിലുള്ള ജലത്തിന്റെ, Do 9.2 മില്ലിഗ്രാം/ ലിറ്റർ ആയിരിക്കും. ഇത് 5 മി ഗ്രാം /ലിറ്റർ എന്ന അളവിൽ കുറഞ്ഞാൽ ജലജീവികൾക്ക് പ്രത്യേകിച്ച് മത്സ്യങ്ങൾക്ക് ജീവിക്കാൻ പ്രയാസമായി അവ കൂട്ടത്തോടെ ചത്തുപൊങ്ങും. ഇത്തരം മലിനീകരണനിരക്ക് BOD (Biochemical Oxygen Demand) COD (Chemical Oxygen demand) എന്നീ രീതികളിൽ തിട്ടപ്പെടുത്താം. ഒരു ലിറ്റർ ജലത്തിലെ സൂക്ഷ്മജീവികൾക്ക് 20°C യിൽ 5 ദിവസം ഓക്സിഡേഷന് വേണ്ട ഓക്സിജന്റെ അളവ് മി ഗ്രാം /ലിറ്ററായി കാണിക്കുന്നതാണ് ബി ഓ ഡി. COD എന്നാൽ ഒരു സാമ്പിളിലെ ജൈവവസ്തുക്കൾ ശക്തിയുള്ള രാസഓക്സിഡന്റ് (ഉദാ: പൊട്ടാസിയം ഡൈക്രോമേറ്റ്) ഉപയോഗിച്ച് ഓക്സീകരിക്കുമ്പോൾ ഉപയോഗിക്കുന്ന ഓക്സിജന്റെ അളവാണ്. 2 മണിക്കൂറാണ് ഓക്സീകരണത്തിന് അനുവദിക്കുക. ജൈവവസ്തുക്കളോടൊപ്പം അജൈവവസ്തുക്കളും ഓക്സീകരിക്കപ്പെടുന്നതിനാൽ COD വാല്യൂ BOD യേക്കാൾ കൂടുതലായിരിക്കും.

ജലത്തിലെ ഓക്സിജന്റെ അളവ് വല്ലാതെ കുറഞ്ഞാൽ ജൈവവിഘടനം നടത്തുന്ന സൂക്ഷ്മജീവികൾക്ക് പ്രവർത്തിക്കാൻ പറ്റാതാവും. ഈ ഘട്ടത്തിൽ ഓക്സിജൻ ആവശ്യമില്ലാത്ത ബാക്ടീരിയങ്ങളും മറ്റും പ്രവർത്തിച്ച ഹൈഡ്രജൻ സൽഫൈഡ് പോലുള്ള വാതകങ്ങളുണ്ടാവാം. ഈ ഘട്ടത്തിൽ ജലത്തിലെ ജന്തുജീവിതം പൂർണമായി തന്നെ നശിക്കും.

(3) **സസ്യപോഷകങ്ങൾ:-** സസ്യപോഷകങ്ങളിൽ പ്രധാനപ്പെട്ടവയാണ് നൈട്രേറ്റുകളും ഫോസ്ഫേറ്റുകളും. ഇവ ഒലിച്ചിറങ്ങിയും മറ്റും ജലാശയങ്ങളിലെത്തിയാൽ കൂടുതൽ ആൽഗകളും മറ്റു ജലസസ്യങ്ങളും വളരും. ഇതിനെ യൂട്രോഫിക്കേഷൻ (eutrophication) എന്നാണ് പറയുക. ഇത് കാരണം തടാകങ്ങളും മറ്റും കാലക്രമേണ ചതുപ്പുനിലങ്ങളായി മാറും. കൂടുതൽ സസ്യങ്ങൾ ചീഞ്ഞഴുകി BOD വർധിച്ച് മത്സ്യങ്ങളും മറ്റും നശിക്കാനും കാരണമാകും. ജലത്തിലൂടെയുള്ള സഞ്ചാരവും പ്രയാസമാവും.

(4) **കൃത്രിമകാർബണിക വസ്തുക്കൾ**: ഡിറ്റർജന്റുകൾ, കീടനാശിനികൾ, വ്യാവസായിക രാസവസ്തുക്കൾ ഇവയുണ്ടാക്കുന്ന മലിനീകരണം വളരെ വലുതാണ്. ചിലതെല്ലാം വളരെ നേർത്ത അളവിൽ പോലും വിഷങ്ങളാണ്. ഉദാ: ഫീനോൾ.

(5) **അകാർബണിക വസ്തുക്കൾ** :- ഇതിൽ ലോഹങ്ങൾ (മെർക്കുറി, നിക്കൽ) ആസിഡുകൾ എന്നിവ ഉൾപ്പെടുന്നു. ഭൂഗർഭ ജലത്തിൽ ചിലപ്പോൾ ഫ്ളൂറിൻ, ആർസനിക് ഇവയും കലരാറുണ്ട്. പല ലോഹങ്ങളും ജൈവസാന്ദ്രീകരണം വഴി (Box നോക്കുക) രോഗകാരണമാവുന്നു. കാഡ്മിയം മലിനീകരണം കൊണ്ട് ഇത്തായ്-ഇത്തായ് എന്ന രോഗം റിപ്പോർട്ടു ചെയ്യപ്പെട്ടു.

ജൈവസാന്ദ്രീകരണം

ചില മാലിന്യങ്ങൾ ജലത്തിൽ വളരെ ചെറിയ അളവിലേ ഉണ്ടാവാറുള്ളൂ. ജലസസ്യങ്ങൾ ഇവ വലിച്ചെടുക്കും. ഇവയിൽ ജലത്തിലേക്കാൾ സാന്ദ്രത കൂടും. ജലസസ്യങ്ങളെ തിന്നുന്ന ജന്തുക്കളിൽ അളവ് ഒന്നുകൂടി വർധിക്കും. ഇവയെ തിന്നുന്ന മത്സ്യങ്ങളിൽ കൂടുതൽ സാന്ദ്രതയിലെത്തും. ഈ മത്സ്യങ്ങളെ തിന്നുന്ന പക്ഷികളിലും മനുഷ്യരിലും അളവ് ഇനിയും വർധിക്കും.

ഇങ്ങനെ ഭക്ഷ്യശൃംഖലയിലൂടെ കടന്നുപോകുമ്പോൾ രാസപദാർഥങ്ങൾക്ക് സാന്ദ്രതകൂടുന്നതാണ് ജൈവസാന്ദ്രീകരണം. ജപ്പാനിൽ നിന്ന് റിപ്പോർട്ടുചെയ്ത മിനാമാതാ രോഗത്തിനു കാരണം ഉയർന്ന അളവിൽ മെർക്കുറിവിഷം ഉള്ള മത്സ്യങ്ങൾ ഭക്ഷിച്ചതാണ്.

DDT, PCB എന്നീ വസ്തുക്കളും ജൈവ സാന്ദ്രീകരണം കാണിക്കുന്നു.

(6) **സെഡിമെന്റുകൾ**:– മണ്ണൊലിപ്പ്, വെള്ളപ്പൊക്കം എന്നിവ വഴി മേൽമണ്ണും ഖനികളിലെ അവശിഷ്ടങ്ങളുമെല്ലാം ജലത്തിൽ കലർന്ന് ഒഴുക്കിന്റെ ശക്തികുറഞ്ഞ സ്ഥലങ്ങളിൽ എത്തുമ്പോൾ അടിഞ്ഞുകൂടുന്നു. കുടിവെള്ളമായി ഉപയോഗിക്കാൻ ചെളികലർന്നവെള്ളം പറ്റില്ല. അണക്കെട്ടുകളുടെ റിസർവോയറുകൾ നികന്ന് സംഭരണശേഷി കുറയുന്നതും വൈദ്യുതി ഉൽപ്പാദനയന്ത്രങ്ങൾ തകരാറിലാവുന്നതും സെഡിമെന്റുകളുടെ ദൂഷ്യഫലങ്ങളാണ്. വളക്കൂറുള്ള മേൽമണ്ണിന്റെ നഷ്ടം കാർഷിക പ്രവർത്തനങ്ങളെയും ബാധിക്കും.

(7) **റേഡിയോ ആക്റ്റീവ് വസ്തുക്കൾ** :– വ്യാവസായികമാലിന്യങ്ങൾ, ആസ്പത്രിമാലിന്യങ്ങൾ, യുറേനിയം, തോറിയം ഖനികൾ, ശുദ്ധീകരണ പ്ലാന്റുകൾ ഇവയിൽ നിന്നുള്ള നിർഗമനജലത്തിൽ റേഡിയോ ആക്റ്റീവ് പദാർഥങ്ങളുണ്ടായിരിക്കും.

(8) **ചൂട്**:– പല വ്യവസായങ്ങളിലും വൈദ്യുത പ്ലാന്റുകളിലും ജലം തണുപ്പിക്കാൻ ഉപയോഗിക്കുന്നു. ചൂടുള്ള ജലം, പുഴകളിലോ മറ്റ് ജലാശയങ്ങളിലോ എത്തിയാൽ അത് ജലജീവികളെ നശിപ്പിക്കും. ചൂടുള്ള ജലത്തിൽ ഓക്സിജന്റെ അളവ് കുറവായിരിക്കും. തണുത്ത് കുറെക്കഴിഞ്ഞാവും ഓക്സിജന്റെ അളവ് സാധാരണ ലവലിലെത്തുക. ഇത് മത്സ്യസമ്പത്തിനെ ബാധിക്കും.

മാലിന്യംവരുന്ന സ്രോതസുകൾ

(a) **മുനിസിപ്പൽ അഴുക്കുജലം:** വീടുകൾ, ഭക്ഷണശാലകൾ എന്നിവയിൽ നിന്നുള്ള മാലിന്യങ്ങൾ ഓടകളിലൂടെ പുഴകളിലും മറ്റ് ജലാശയങ്ങളിലും എത്തുന്നു. നമ്മുടെ നദികൾ മിക്കതും മലിനമാവുന്നത് നഗര മാലിന്യങ്ങൾ കലർന്നാണ്. ജൈവവിഘടനം നടക്കുന്ന കാർബണിക വസ്തുക്കളാണ് ഇതിൽ കൂടുതൽ. ജലത്തിന്റെ പോഷണം നടത്തുന്ന രാസഘടകങ്ങൾ ഉള്ളതിനാൽ സസ്യവളർച്ചയെ ത്വരിതപ്പെടുത്തുന്നു.

(b) **വ്യവസായ മാലിന്യങ്ങൾ** :- വ്യവസായത്തിനുപയോഗിക്കുന്ന അസംസ്കൃത വസ്തുക്കൾ ഉൽപ്പന്നങ്ങൾ എന്നിവ അനുസരിച്ച് മാലിന്യകാരികളിൽ മാറ്റം വരും. പലതരത്തിലുള്ള കാർബണിക അകാർബണിക വസ്തുക്കൾ, ലോഹങ്ങൾ, റേഡിയോ ആക്റ്റീവ് വസ്തുക്കൾ എന്നിവ ഈ മാലിന്യങ്ങളിൽ ഉൾപ്പെടും. ഗംഗാനദി മലിനമാകുന്നതിന്റെ പ്രധാനകാരണം തീരത്തുള്ള വ്യവസായശാലകളാണ്. പെരിയാറിന്റെ മലിനീകരണത്തിനും വ്യവസായശാലകളാണ് പ്രധാനകാരണം. രാസ മാലിന്യങ്ങൾക്ക് പുറമെ ചൂടുള്ള ജലവും വ്യവസായശാലകളിൽ നിന്ന് പുഴകളിൽ കലരുന്നുണ്ട്.

(c) **ഉപരിതലജലം:** വെള്ളപ്പൊക്കത്തിൽ ഒഴുകിയെത്തുന്ന ജലത്തിൽ കൃഷിക്കുപയോഗിക്കുന്ന കീടനാശിനികൾ, വളങ്ങൾ, പലവിധ രാസവസ്തുക്കൾ, ജൈവവസ്തുക്കൾ, മണ്ണിന്റെ തരികൾ എന്നിവയുണ്ടാവും. ഉപരിതലജലത്തെയും ഭൂഗർഭജലത്തെയും ഇത് മലിനീകരിക്കുന്നു.

(d) **ഓയിൽ:-** ഓയിൽ ടാങ്കർ അപകടങ്ങൾ, ഓഫ് ഷോർ ഓയിൽ ഖനനം എന്നിവ കടലിൽ ഓയിൽ കലരാൻ ഇടയാക്കുന്നു. ഇത് കടൽപ്പക്ഷികൾ, മത്സ്യങ്ങൾ എന്നിവയ്ക്ക് നാശമുണ്ടാക്കും.

ജലശുദ്ധീകരണം

വ്യാവസായികമാലിന്യങ്ങളും നഗരമാലിന്യങ്ങളും ശുദ്ധികരിക്കാൻ ശാസ്ത്രീയരീതികളുണ്ട്. മൂന്ന് ഘട്ടങ്ങളിലായാണ് മിക്കശുദ്ധീകരണ പ്രവർത്തനങ്ങളും നടക്കുന്നത്. ആദ്യഘട്ടത്തിൽ (primary treatment) വലുപ്പമുള്ള ഘടകങ്ങൾ അരിച്ചുമാറ്റി അഴുക്കുകൾ അടിയാൻ അനുവദിക്കും. രണ്ടാംഘട്ടത്തിൽ (secondary treatment) സൂക്ഷ്മജീവികളെ ഉപയോഗിച്ച് ജൈവമാലിന്യങ്ങളെ വിഘടിപ്പിക്കുന്നു. ഓക്സിഡേഷൻ കുളങ്ങളിൽവെച്ചാണ് ബാക്റ്റീരിയൽ പ്രവർത്തനം നടത്തുക. മൂന്നാം ഘട്ടത്തിൽ (Teritary treatment) ശക്തിയുള്ള ഓക്സിഡൈസിങ് ഏജൻസുകൾ ഉപയോഗിച്ച് (ക്ലോറിൻ, ഓസോൺ, അൾട്രാവയലറ്റ് രശ്മികൾ) ജലത്തിൽ ലയിച്ചുചേർന്ന ജൈവവസ്തുക്കൾ, പോഷകങ്ങൾ ഇവ കൊണ്ടുള്ള നിറവ്യത്യാസം മാറ്റുകയും സൂക്ഷ്മജീവികളെ നശിപ്പിക്കുകയും ചെയ്യും. ഫാക്ടറികളിൽ ഈ ഘട്ടത്തിൽ പുറത്തുവരുന്ന ജലം

വീണ്ടും ഉപയോഗിക്കാം. അല്ലെങ്കിൽ അടുത്തുള്ള പുഴകളിലേക്ക് ഒഴുക്കുന്നു.

മണ്ണ് മലിനീകരണം

മണ്ണിന്റെ മലിനീകരണം വിശാലമായ പ്രദേശങ്ങളിലേക്ക് വ്യാപിക്കാതെ മിക്കവാറും മലിനീകരണ സ്രോതസുകൾക്കടുത്ത് ഒതുങ്ങി നിൽക്കും. വർഷങ്ങളോളം മാലിന്യഫലങ്ങൾ നിലനിൽക്കാറുണ്ട്. ഭൂഗർഭ ജലമലിനീകരണത്തിന് ഇത് ഇടയാക്കാറുണ്ട്.

മാലിന്യകാരികൾ

കീടനാശിനികൾപോലുള്ള രാസവസ്തുക്കൾ, ജൈവവളങ്ങൾ റേഡിയോ ആക്റ്റീവ് വസ്തുക്കൾ, സസ്യങ്ങളുടെയും മൃഗങ്ങളുടെയും അവശിഷ്ടങ്ങൾ എന്നിവയാണ് പ്രധാന മാലിന്യകാരികൾ. വായു മലിനീകരണമുണ്ടാക്കുന്ന പൊടി, ഫ്ളൈ ആഷ് ഇവ അവസാനം മണ്ണിലടിയും. അടുത്തകാലത്ത് ഇ-മാലിന്യങ്ങൾ എന്നൊരു വിഭാഗം കൂടി മണ്ണ് മലിനീകാരികളുടെ ലിസ്റ്റിൽ സ്ഥാനം പിടിച്ചിട്ടുണ്ട്.

മണ്ണ് മലിനീകരണത്തിന്റെ പ്രധാനസ്രോതസുകൾ താഴെ പറയുന്നവയാണ്.

(1) **വ്യാവസായിക മാലിന്യങ്ങൾ**:- വ്യാസായിക മാലിന്യങ്ങൾ നേരിട്ട് മണ്ണിൽ തള്ളുന്നവയ്ക്ക് പുറമെ ജലത്തിലും വായുവിലും കൂടെ മണ്ണിലെത്തുകയും ചെയ്യുന്നു. ന്യൂക്ലിയാർ പരീക്ഷണങ്ങളിലുണ്ടാകുന്ന റേഡിയോ ആക്റ്റീവ് വസ്തുക്കളും മണ്ണിലടിയുന്നുണ്ട്. സ്ട്രോൺഷിയം-90 പോലുള്ളവ ഭക്ഷ്യശൃംഖലയിലൂടെ മനുഷ്യനടക്കമുള്ള ഉയർന്ന ജീവികളിലെത്തുന്നു.

(2) **മുനിസിപ്പൽ മാലിന്യങ്ങൾ**:- വീട്ടുമാലിന്യങ്ങൾ, മാർക്കറ്റ് മാലിന്യങ്ങൾ, ആശുപത്രി മാലിന്യങ്ങൾ, അറവുശാലകളിൽ നിന്നുള്ള അവശിഷ്ടങ്ങൾ എന്നിവ ഇതിൽ ഉൾപ്പെടുന്നു. പ്ലാസ്റ്റിക് മാലിന്യങ്ങൾ ധാരാളമുണ്ടാകും. ജൈവവസ്തുക്കൾ പൊതുസ്ഥലത്ത് കിടന്നാൽ ഈച്ച ശല്യം വർധിക്കും. ആശുപത്രിമാലിന്യങ്ങളിൽ രോഗാണുക്കൾ ധാരാളമുണ്ടാവുന്നതും പ്രശ്നങ്ങൾ സൃഷ്ടിക്കും.

(3) **കാർഷിക മാലിന്യങ്ങൾ**:- കീടനാശിനികൾ, രാസവളങ്ങൾ എന്നിവയാണ് പരിസ്ഥിതി പ്രാധാന്യമുള്ള ഘടകങ്ങൾ. അധികമുള്ള വളം മണ്ണിലൂടെ ഒലിച്ചിറങ്ങി ജലത്തിൽ സസ്യവളർച്ച (eutrophication) യ്ക്ക് ഇടയാക്കും. നൈട്രേറ്റുകൾ കുടിവെള്ളത്തിൽ കലർന്നാൽ ഉദരരോഗങ്ങളുണ്ടാകും. കീടനാശിനികൾ മണ്ണിലെ സൂക്ഷ്മജീവി വളർച്ചയെ തടയുന്നു.

(4) **മൈനിങ് മാലിന്യങ്ങൾ**:- ഖനനസമയത്ത് ബാക്കിയാവുന്ന വസ്തുക്കളിൽ ലോഹങ്ങളും രാസവസ്തുക്കളും അടങ്ങിയിരിക്കും. ഇവ

കലർന്നാൽ സമീപത്തുള്ള മണ്ണും ജലവും കൂടി മലിനമാവും.

നിയന്ത്രണമാർഗങ്ങൾ

ഖരവസ്തുക്കളും രാസവസ്തുക്കളും നീക്കാനും നിയന്ത്രിക്കാനും താഴെപ്പറയുന്ന രീതികളാണ് അവലംബിക്കാറുള്ളത്.

(a) **തുറന്നസ്ഥലത്ത് നിക്ഷേപിക്കുക:-** ഇത് ഈച്ച, എലി എന്നിവ വർധിക്കാനിടയാകും. തീ പിടിച്ചാൽ വായു മലിനീകരണവും ഉണ്ടാക്കുന്നു.

(b) **സാനിറ്ററി ലാന്റ് ഫില്ലിങ്:-** ഖരവസ്തുക്കൾ നിക്ഷേപിച്ചശേഷം യന്ത്രമുപയോഗിച്ച് അമർത്തി മീതെ ഒരുലെയർ നല്ല മണ്ണ് നിക്ഷേപിക്കലാണ് ഈ രീതി. ആരോഗ്യപ്രശ്നങ്ങൾ ഒഴിവായിക്കിട്ടുമെങ്കിലും ഭൂഗർഭ ജലമലിനീകരണത്തിന് ഇതും കാരണമാവുന്നു.

(c) **പൈറോലൈസിസ്:-** മാലിന്യങ്ങൾ ഉയർന്ന ചൂടിൽ രാസമാറ്റങ്ങൾക്ക് വിധേയമാക്കുകയാണ് ഈ രീതിയിൽ ചെയ്യുന്നത്. റബ്ബർ അവശിഷ്ടങ്ങൾ ഈ രീതി ഉപയോഗിച്ച് നശിപ്പിക്കുമ്പോൾ ഉപോൽപ്പന്നങ്ങൾ നിർമിക്കാമെന്ന് കണ്ടിട്ടുണ്ട്.

(d) **ഇൻസിനറേഷൻ:-** ശാസ്ത്രീയ സംവിധാനങ്ങളും ചിമ്മിനിയും ഉപയോഗപ്പെടുത്തി ഉയർന്ന ഊഷ്മാവിൽ മാലിന്യങ്ങൾ കത്തിച്ചു കളയുന്ന രീതിയാണിത്. പുകയിലടങ്ങിയ ചെറിയ തരികൾ അന്തരീക്ഷത്തിലെത്താതെ നോക്കാനുള്ള സംവിധാനങ്ങൾ ആധുനിക ഇൻസിനേറ്ററുകളിലുണ്ട്.

(e) **കമ്പോസ്റ്റ് നിർമാണം:-** മാലിന്യവസ്തുക്കളിൽ നിന്ന് ജൈവ വിഘടനത്തിന് വിധേയമാവുന്നവ വേർതിരിച്ചെടുത്ത് കമ്പോസ്റ്റ് നിർമ്മാണത്തിനുപയോഗിക്കലാണ് ഈ രീതി. മണ്ണിരകളെ ഉപയോഗിച്ചും കമ്പോസ്റ്റ് നിർമിക്കാറുണ്ട്. മാലിന്യങ്ങളിൽ നിന്ന് വളം ലഭിക്കും എന്നതാണ് ഇതിന്റെ മെച്ചം.

(f) **റീസൈക്കിൾ ചെയ്യൽ:-** പ്ലാസ്റ്റിക്, ലോഹങ്ങൾ, പേപ്പർ ഇവ വീണ്ടും ഉപയോഗയോഗ്യമാക്കലാണ് ഈ രീതി ഫ്ളൈ ആഷ് ഉപയോഗിച്ച് ഇഷ്ടികകൾ നിർമിക്കാം. പ്ലാസ്റ്റിക് റോഡ് നിർമാണത്തിനുപയോ

ഗിക്കുന്ന സാങ്കേതികരീതികളും വികസിപ്പിച്ചെടുത്തിട്ടുണ്ട്.

ശബ്ദമലിനീകരണം (Noise Pollution)

ശബ്ദമലിനീകരണം എന്ന മലയാളവാക്കിന് ആശയവ്യക്തത കുറവാണ്. (ഇംഗ്ലീഷിലെ 'Noise' എന്ന വാക്കിന് ഇഷ്ടമില്ലാത്ത ശബ്ദം എന്നാണർഥം) ശബ്ദമലിനീകരണം അന്തരീക്ഷത്തിൽ ഉണ്ടാവുന്ന ആവശ്യമില്ലാത്ത ശബ്ദങ്ങളുണ്ടാക്കുന്ന മലിനീകരണമാണ്. ഇന്നത്തെ യന്ത്രങ്ങളും ആംപ്ലിഫയറുകളും എല്ലാം ചേർന്നുണ്ടാകുന്ന അപശബ്ദങ്ങളുടെ ലോകം മനുഷ്യനും മറ്റു ജന്തുക്കൾക്കും നിരവധി ആരോഗ്യപ്രശ്നങ്ങളുണ്ടാക്കുന്നു.

സ്രോതസുകൾ

വ്യാവസായിക പ്രവർത്തനങ്ങളുടെയും ട്രാൻസ്പോർട്ട് സംവിധാനങ്ങളുടെയും ഉൽപ്പന്നമാണ് ശബ്ദമലിനീകരണം എന്ന് പറയാം. ടെക്സ്റ്റൈൽ വ്യവസായങ്ങൾ, ലോഹവ്യവസായങ്ങൾ, അച്ചടി തുടങ്ങിയവ എല്ലാം ഉയർന്നതോതിൽ ശബ്ദവും ഉണ്ടാക്കുന്നുണ്ട്. ഇരുചക്രവാഹനങ്ങൾ മുതൽ ജറ്റുവിമാനങ്ങൾവരെയുള്ളവ പല തീവ്രതയിലുള്ള ശബ്ദവും സമ്മാനിക്കുന്നുണ്ട്. കാർഷിക ഉപകരണങ്ങൾ (ട്രാക്ടർ, കൊയ്ത്തുയന്ത്രം) സൈനികപ്രവർത്തനങ്ങൾ (റോക്കറ്റ്, വെടിവെപ്പ് പരിശീലനം, ടാങ്കുകൾ) വീട്ടുപകരണങ്ങൾ, ഇലക്ട്രോണിക് ഉപകരണങ്ങൾ (റേഡിയോ, ടെലിവിഷൻ) പൊതുപ്രസംഗങ്ങൾ, സംഗീത പരിപാടികൾ ക്രഷറുകൾ ഇങ്ങനെ ശബ്ദമലിനീകരണത്തിന്റെ സ്രോതസുകൾ നിരവധിയാണ്. മനുഷ്യനെ നന്നാക്കേണ്ട മതപ്രവർത്തനങ്ങളും ആരാധനാലയങ്ങളും കൂടി ഇതിൽ പങ്കാളികളാവുന്നു എന്നതും നിർഭാഗ്യകരമാണ്.

ശബ്ദത്തിന്റെ തീവ്രത അളക്കുന്നത് ഡെസിബെൽ (dB)ആയിട്ടാണ്. ഇത് ലോഗരിതക്രമത്തിലുള്ള സ്കെയിലാണ്. ഒരു ഡെസിബെലിന്റെ പത്തിരട്ടിയാണ് 10 dB. അതേസമയം 20 dB ഒരു ഡെസിബെലിന്റെ 100 ഇരട്ടിയാണ്. കേന്ദ്രമലിനീകരണ നിയന്ത്രണബോർഡ് അംഗീകരിച്ച സോൺ പ്രകാരമുള്ള പരമാവധി ശബ്ദ തീവ്രത താഴെ കൊടുക്കുന്നു

സോൺ	പകൽ 6– രാത്രി 9 മണി വരെ	രാത്രി 9 – രാവിലെ 6 മണി
വ്യവസായം	75 dB	70 dB
കച്ചവടം	65 dB	55 dB
താമസം	55 dB	45 dB
സൈലന്റ് സോൺ	50 dB	40 dB

ചില പ്രത്യേകസ്രോതസുകളിൽ നിന്ന് വരുന്ന ശബ്ദത്തിന്റെ തീവ്രത താഴെ കൊടുക്കുന്നു.

പിറുപിറുക്കൽപോലുള്ള സംസാരം	-	40 dB
ചെറിയ കച്ചവടസ്ഥാപനങ്ങൾക്കകത്ത്	-	55 dB
ഉച്ചത്തിലുള്ള സംസാരം	-	60 dB
സൂപ്പർ മാർക്കറ്റിനകത്ത്	-	60 dB
ചെറിയ കാറിനകത്ത്	-	65 dB
മോട്ടോർ സൈക്കിൾ	-	94 dB
പ്രിന്റിങ് പ്രസ്സിനകത്ത്	-	85 dB
ചെറിയ വിമാനത്തിനകത്ത്	-	110 dB
ഹോൺശബ്ദം 1 മീറ്ററിനുള്ളിൽ	-	120 dB
ജെറ്റ് വിമാനത്തിന് 3 മീറ്ററിനകത്ത്	-	140 dB

മലിനീകരണഫലങ്ങൾ

ശബ്ദമലിനീകരണത്തിന്റെ ദൂഷ്യഫലങ്ങളെപ്പറ്റി സമൂഹത്തിൽ ഇനിയും വേണ്ടത്ര അറിവില്ല. വിദേശരാജ്യങ്ങളിൽ ശബ്ദമലിനീകരണം നിയന്ത്രിക്കുന്ന നിയമങ്ങൾ ശക്തമായി പാലിക്കപ്പെടുമ്പോൾ നമ്മുടെ നാട്ടിൽ ഇത്തരം നിയമങ്ങൾ പല സ്വാധീനങ്ങളും ഉപയോഗിച്ച് അട്ടിമറിക്കപ്പെടുന്നു. ശബ്ദനിയന്ത്രണത്തിൽ മരങ്ങൾക്കുള്ള പങ്ക് വളരെ വലുതാണെന്നതും നമ്മൾ വിസ്മരിക്കുന്നു. ശബ്ദമലിനീകരണത്തിന്റെ അപകടഫലങ്ങൾ പലതരത്തിൽപ്പെട്ടവയാണ്.

(1) **കേൾവിയെ ബാധിക്കുന്നു**:- 100 dB യിലധികമുള്ള ശബ്ദം കുറഞ്ഞ കാലയളവിൽ തന്നെ കേൾവിക്കുറവുണ്ടാകും. വ്യവസായശാലകളിൽ 75 dB യിൽ കുറഞ്ഞ ശബ്ദമേ പാടുള്ളൂ എന്ന് WHOഅനുശാസിക്കുന്നു. 80 dB കൂടിയ ശബ്ദം കുറെക്കാലം കേട്ടാൽ സ്ഥിരമായ കേൾവിക്കുറവ് വരും. ഇതിനെ ശബ്ദം കൊണ്ടുണ്ടാവുന്ന കേൾവിനഷ്ടം (Noise induced hearing loss- NI HL) എന്നാണ് പറയുന്നത്. നഗരങ്ങളിലെ ശബ്ദലെവൽ പലപ്പോഴും ഇതിലധികമാവാറുണ്ട്.

(2) പെട്ടെന്നുണ്ടാവുന്ന ഉയർന്ന ശബ്ദം ചെവിയിലെ ടിംപാനിക് ചർമം പൊട്ടുന്നതിന് കാരണമാവും.

(3) ശരീരപ്രവർത്തനങ്ങളെ ബാധിക്കുന്നു. ഹൃദയമിടിപ്പ് കൂട്ടുക, രക്തസമ്മർദം അധികമാക്കുക, ദഹനം കുറയ്ക്കുക, തലവേദന, കാഴ്ചക്കുറവ്, ഉറക്കമില്ലായ്മ എന്നിവയ്ക്ക് ശബ്ദമലിനീകരണം കാരണമാവും.

(4) മാനസിക പ്രശ്നങ്ങൾ: ആകാംക്ഷ (anxiety), സ്ട്രെസ്സ്, ഏകാഗ്രത നഷ്ടപ്പെടുക എന്നിവ ശബ്ദമലിനീകരണഫലമായുണ്ടാവും. മാനസിക ആരോഗ്യക്കുറവ് ജോലി ചെയ്യാനുള്ളശേഷിയെ ബാധിക്കും.

നിയന്ത്രണമാർഗങ്ങൾ

(1) യന്ത്രങ്ങൾക്കടുത്ത് ജോലിചെയ്യുന്നവരും ട്രാഫിക് നിയന്ത്രിക്കുന്നവരും ഇയർമഫുകളും മറ്റും ഉപയോഗിക്കണം.

(2) ശബ്ദമുണ്ടാക്കുന്ന യന്ത്രങ്ങൾ സൗണ്ട് പ്രൂഫ് സംവിധാനത്തിനകത്ത് സ്ഥാപിക്കുക.

(3) റെയിൽവേസ്റ്റേഷനുകൾ, വിമാനത്താവളങ്ങൾ, വൻ ഫാക്ടറികൾ എന്നിവ താമസസ്ഥലങ്ങളിൽ നിന്ന് കുറെ ദൂരെ സ്ഥാപിക്കുക.

(4) യന്ത്രങ്ങൾ യഥാസമയം അറ്റകുറ്റപണിനടത്തുകയും ലൂബ്രിക്കേറ്റ് ചെയ്യുകയും ചെയ്യുക.

(5) ആംപ്ലിഫയറുകളുടെ ശബ്ദലെവലും ഉപയോഗിക്കുന്ന സമയവും കർശനമായി നിയന്ത്രിക്കുക. ആരാധനാലയങ്ങളുണ്ടാക്കുന്ന ശബ്ദശല്യം പരമാവധി കുറയ്ക്കുക.

(6) ഹോസ്പിറ്റലുകൾ, വിദ്യാലയങ്ങൾ ഇവയ്ക്ക് ചുറ്റും നിശബ്ദ സോണുകൾ എന്ന സംവിധാനം ഏർപ്പെടുത്തുക.

(7) പ്രധാനനഗരങ്ങളിൽ അങ്ങിങ്ങായി കാടുകളും ഗ്രീൻബെൽട്ടുകളും സ്ഥാപിക്കണം. ഹൈവേകളുടെ വശങ്ങളിൽ വൃക്ഷങ്ങളുടെ നിര വളർത്തണം.

ആഗോളതാപനവും കാലാവസ്ഥാമാറ്റങ്ങളും

ഭൂമിയുടെ ചരിത്രത്തിൽ ചൂട് ഇന്നുള്ളതിലും കൂടിയതും കുറഞ്ഞതുമായ കാലങ്ങളുണ്ടായിരുന്നു. സൂര്യനിലെ മാറ്റങ്ങളും ഭ്രമണത്തിലെ പ്രത്യേകതകളും മറ്റുമായിരുന്നു ഇത്തരം മാറ്റങ്ങളുണ്ടാക്കിയിരുന്നത്. എന്നാൽ ഇന്ന് മനുഷ്യന്റെ പ്രവർത്തനഫലമായി അന്തരീക്ഷത്തിൽ കലരുന്ന ഹരിതഗൃഹവാതകങ്ങൾ ഭൂമിയുടെ ചൂട് കൂട്ടുന്നു. ഈ ആഗോളതാപനം കാലാവസ്ഥാ മാറ്റങ്ങളുണ്ടാക്കുന്നതായി 2007 ൽ പുറത്തുവന്ന ഐക്യരാഷ്ട്രസഭയുടെ കീഴിൽ പ്രവർത്തിക്കുന്ന I P CC (Intergovernmental panel on climate change) യുടെ റിപ്പോർട്ടിൽ സ്ഥിരീകരിക്കുന്നു.

കാർബൺഡയോക്സൈഡ്, നൈട്രജന്റെ ഓക്സൈഡുകൾ, മിതേൻ ഇവയാണ് ഹരിതഗൃഹപ്രഭാവമുള്ള വാതകങ്ങൾ. ഇതിൽ Co_2ന്റെ അളവിൽ വന്ന വ്യത്യാസം നേരത്തെ സൂചിപ്പിച്ചു. വ്യവസായ വിപ്ലവത്തിനുമുമ്പുള്ള 1750 ൽ അന്തരീക്ഷത്തിൽ 280 പി പി എം (1 പി പി എം = ദശലക്ഷത്തിൽ ഒരു ഭാഗം) ഉണ്ടായിരുന്നത് 2005 ആയപ്പോഴേക്കും 379 പി പി എം ആയി വർധിച്ചു. ഇതേപോലെ മീതേനിന്റെ അളവ് 715 പി പി ബി (1 പി പി ബി = നൂറുകോടിയിൽ ഒരു ഭാഗം) യിൽ നിന്ന് 1774 പി പി ബി യിലായി. നൈട്രസ് ഓക്സൈഡിന്റെ അളവ് ഇക്കാലത്ത് 270 പി പി ബിയിൽനിന്ന് 319 പി പി ബിയായി.

കഴിഞ്ഞ നൂറ് വർഷങ്ങൾക്കുള്ളിൽ അന്തരീക്ഷ താപനിലയിൽ 0.76^0 C വർധനവുണ്ടായതായി IPCC പഠനങ്ങളിൽ കണ്ടു. കഴിഞ്ഞ ഏതാനും വർഷങ്ങളായി വർധനയുടെ നിരക്ക് കൂടുന്നതായും കണ്ടിട്ടുണ്ട്. 1993–2003 കാലത്ത് പ്രതിവർഷം 3.1 മി മീറ്റർ തോതിൽ കടൽനിരപ്പ് ഉയരുകയാണ്. 2100 ആകുമ്പോഴേക്കും 0.59 മീറ്റർ കൂടും എന്നാണ്

നിഗമനം. എന്നാൽ താപനിരക്ക് കൂടുമെന്നും കടൽനിരപ്പ് 2100 ൽ ഒരുമീറ്ററിലധികം ഉയരുമെന്നും മറ്റ് ചില പഠനങ്ങൾ സൂചന നൽകുന്നു. താഴ്ന്ന പ്രദേശങ്ങളിൽ വെള്ളം കയറുന്നതോടെ ലോകത്തിലെ ചില പ്രശസ്ത നഗരങ്ങൾ മുങ്ങിപ്പോകും. ചില ദ്വീപുകൾ അപ്പാടെ കടലിനടിയിലാകും. ബംഗ്ലാദേശ് പോലുള്ള രാജ്യങ്ങൾക്ക് ഇത് വൻ ഭീഷണിയാണ്. ലോക ജനസംഖ്യയുടെ പത്തിലൊന്ന് കടൽനിരപ്പിൽ നിന്ന് 10 മീറ്റർ ഉയരം വരെയുള്ള മേഖലയിൽ ജീവിക്കുന്നവരാണ്.

കാലാവസ്ഥാമാറ്റം ഇന്നുള്ള ജീവിവിതരണത്തെ അവതാളത്തിലാക്കും. അനേകം ജീവി വർഗങ്ങൾക്ക് വംശനാശം വരും. ധ്രുവക്കരടികൾ പോലുള്ളവയ്ക്ക് ആവാസസ്ഥലങ്ങൾ തന്നെ നഷ്ടമാവും. കൃഷിയുടെ ഇന്നുള്ള പാറ്റേൺ തന്നെ മാറും. വരൾച്ച, അതിവർഷം, പ്രകൃതിക്ഷോഭങ്ങൾ ഇവ വർധിക്കാനിടയാക്കും. രോഗാണുക്കളും അവയുടെ വാഹകരും കൂടുതൽ മേഖലകളിലേക്ക് ഇതിനകം തന്നെ വ്യാപിച്ചു കഴിഞ്ഞിട്ടുണ്ട്.

ആഗോളതാപനം കുറയ്ക്കാനുള്ള നടപടികളെപ്പറ്റി 1992 ൽ റിയോ ഡി ജനീറയിൽ വെച്ച് നടന്ന ഭൗമഉച്ചകോടിയിൽ ചർച്ചകൾ ആരംഭിച്ചിരുന്നു. 1997 ൽ ജപ്പാനിലെ ക്യോട്ടോവിൽ വ്യാവസായികരാജ്യങ്ങളും യൂറോപ്യൻ യൂണിയനും ഒപ്പിട്ട ഉടമ്പടിയാണ് ഈ ദിശയിലെ പ്രധാന കാൽവെപ്പ്. ഇതുപ്രകാരം വികസിതരാജ്യങ്ങൾ 2012 ആവുമ്പോഴേക്കും ഹരിതഗൃഹവാതകങ്ങളുടെ അളവ് 1990 ലുള്ളതിലും 5 ശതമാനം കുറയ്ക്കണം. ഇതിനകം 183 രാജ്യങ്ങൾ ഈ ഉടമ്പടി അംഗീകരിച്ചിട്ടുണ്ട്. ഹരിതഗൃഹവാതകങ്ങളുടെ 34 ശതമാനം ഉൽപ്പാദിപ്പിക്കുന്നു അമേരിക്ക ഈ ഉടമ്പടിയിൽ ഇതുവരെ ഒപ്പിട്ടിട്ടില്ല. 2000 ൽ ഉള്ള അളവിൽ തന്നെ ഹരിതഗൃഹവാതകങ്ങൾ നിയന്ത്രിച്ചാൽപ്പോലും കുറെക്കാലം കൂടി പത്തു വർഷത്തിൽ 0.1°C എന്ന അളവിൽ താപനില വർധിക്കും എന്നാണ് IPCC യുടെ കണക്കുകൾ നൽകുന്ന സൂചന.

ഓസോൺശോഷണം

ഭൂമിയുടെ അന്തരീക്ഷത്തിൽ 16 കി മീറ്റർ മുതൽ 40 കി മീറ്റർ വരെയുള്ള ഭാഗമാണ് സ്ട്രാറ്റോസ്ഫിയർ (stratosphere). ഈ ഭാഗത്ത് കാണപ്പെടുന്ന വാതകമാണ് ഓസോൺ. ഇത് ദോഷകരമായ അൾട്രാവയലറ്റ് രശ്മികളെ തടഞ്ഞുനിർത്തുന്നു. അൾട്രാവയലറ്റ് രശ്മികൾ അധികം മനുഷ്യചർമത്തിലേറ്റാൽ ക്യാൻസറുണ്ടാവാൻ സാധ്യതയുണ്ട്. കണ്ണിലേറ്റാൽ തിമിരമുണ്ടാവാനും ഇടയുണ്ട്.

വ്യാവസായിക പ്രവർത്തനഫലമായുണ്ടാവുന്ന നൈട്രസ് ഓക്സൈഡുകൾ ഓസോണിനെ നശിപ്പിക്കുന്നതായി കുറെക്കാലം മുമ്പ് തന്നെ മനസിലാക്കിയിരുന്നു. സൂപ്പർസോണിക് വിമാനങ്ങളും നൈട്രസ് ഓക്സൈഡുകൾ പുറത്തു വിടുന്നുണ്ട്. ഒരു ഉൽപ്രേരകം എന്ന നിലയിൽ പ്രവർത്തിക്കുന്ന നൈട്രസ് ഓക്സൈഡിന് ഒരു ലക്ഷത്തോളം

തന്മാത്രകളെ വിഘടിപ്പിക്കാൻ കഴിയും. ഇതേപോലെ ഫ്രിഡ്ജുകളിലും മറ്റും ഉപയോഗിക്കുന്ന ക്ലോറോഫ്ളൂറോ കാർബണുകൾ (CFC) അഗ്നി ശമനകാരികളായി ഉപയോഗിക്കുന്ന ഹാലോണുകൾ (halons) ഇവ ഓസോണിനെ നശിപ്പിക്കുന്നതായി ഗവേഷണങ്ങൾ സ്ഥാപിച്ചു.

അന്റാർട്ടിക്കയിലെ ഓസോൺ പാളിയിൽ ദ്വാരം വീണതായി ശാസ്ത്രജ്ഞർ 1985 ൽ സാറ്റലൈറ്റ് ചിത്രങ്ങളിലൂടെ സ്ഥിരീകരിച്ചിട്ടുണ്ട്. 1978 നും 1984 നും ഇടയ്ക്ക് ഓസോൺ നിലയിൽ 3 ശതമാനം കുറവ് വന്നത്ര. ഭൂമിയുടെ ഉപരിതലത്തിൽ കഴിഞ്ഞ ദശകത്തേക്കാൾ 10 ശത മാനം അൾട്രാവയലറ്റ് രശ്മികൾ കൂടുതൽ എത്തുന്നുണ്ട്. മനുഷ്യനി ലുള്ള ആരോഗ്യപ്രശ്നങ്ങൾക്ക് പുറമെ ജലത്തിലെ ഉൽപ്പാദകരായ സൂക്ഷ്മസസ്യങ്ങളുടെ എണ്ണം കുറയാനും കോറൽപോലുള്ള ജീവികൾ നശിക്കാനും ഈ വികിരണങ്ങൾ ഇടയാക്കും.

വ്യാവസായിക ദുരന്തങ്ങൾ

ഒട്ടേറെ വൻ വ്യാവസായികദുരന്തങ്ങൾ കഴിഞ്ഞ നൂറ്റാണ്ടിലുണ്ടായി. 1984 ഡിസംബർ 2 ന് ഭോപ്പാലിലുണ്ടായ വ്യാസായിക ദുരന്തം ഇന്നും ഞെട്ടലുണ്ടാക്കുന്നതാണ്. മീതൈൻ ഐസോ സയനേറ്റ് എന്ന വാതകം ചോർന്നപ്പോൾ ചുരുങ്ങി യത് 5000 പേരെങ്കിലും മരിച്ചു. 2 ലക്ഷം പേർക്കെ ങ്കിലും ആരോഗ്യപ്രശ്നങ്ങളുണ്ടായി. സ്ത്രീകളിൽ ഗർഭം അലസലും ചാപിള്ളകളെ പ്രസവിക്കലും മൂന്ന് ഇരട്ടിയായി വർധിച്ചു. അനേകം പേർ ഇന്നും അവശതയനുഭവിക്കുന്നു. യൂണിയൻ കാർബൈഡ് എന്ന ആഗോളകമ്പനിയായിരുന്നു ഈ ഫാക്ടറി യുടെ നടത്തിപ്പുകാർ.

1986 ഏപ്രിൽ 28ന് ലെ USSR കീവ് പട്ടണ ത്തിന് 80 മൈൽ വടക്കുള്ള ചെർണോബിൽ ന്യൂക്ലി യർ പവർ സ്റ്റേഷനിലെ പൊട്ടിത്തെറി വൻദുരന്തമാ യിരുന്നു. വളരെ അകലെപ്പോലും വികിരണങ്ങ ളെത്തി. അമേരിക്കയിലെ ത്രീമൈൽ ഐലന്റിലെ ദുരന്തവും ഏതാണ്ട് സമാനമായിരുന്നു. 1979 മാർച്ച് 28 നാണ് അവിടുത്തെ ന്യൂക്ലിയാർ റിയാക്ടർ പൊട്ടി ത്തെറിച്ചത്.

8

ജൈവവൈവിധ്യവും വന്യജീവിസംരക്ഷണവും

ഒരു പ്രദേശത്തെ ജൈവവൈവിധ്യത്തിൽ അവിടെയുള്ള സ്പീഷിസുകളുടെ വൈവിധ്യം, ഓരോ സ്പീഷിസിലും കാണുന്ന ജനിതക വൈവിധ്യം, ആവാസവ്യവസ്ഥകളിലുള്ള വൈവിധ്യം എന്നിവ ഉൾപ്പെടുന്നു. കാലാവസ്ഥയും മറ്റനേകം ഘടകങ്ങളും ചേർന്നാണ് ഒരു സ്ഥലത്തെ ജന്തുസസ്യവൈവിധ്യം നിയന്ത്രിക്കുന്നത്. ജൈവവൈവിധ്യം കൂടുതലുള്ള രണ്ടു പ്രദേശങ്ങൾ തമ്മിൽ സ്പീഷിസുകളുടെ കാര്യത്തിൽ സാമ്യമുണ്ടാകണമെന്നില്ല. ജൈവവൈവിധ്യ നഷ്ടം ഇന്നത്തെ ഏറ്റവും ശ്രദ്ധയാകർഷിക്കുന്ന പരിസ്ഥിതി പ്രശ്നമാണ്. I U C N [*1], W W F [*2] തുടങ്ങിയ സംഘടനകൾ ജൈവവൈവിധ്യത്തിന്റെ മേഖലയിൽ പ്രവർത്തനങ്ങൾ നടത്തുന്നവയാണ്. വംശനാശഭീഷണിയുള്ള ജീവിവർഗങ്ങളുടെ വിവരങ്ങൾ IUCN പ്രസിദ്ധീകരിക്കുന്ന *റെഡ് ഡാറ്റാ ബുക്കി*ലൂടെ പുറത്തു വന്നിട്ടുണ്ട്.

സ്പീഷിസ് വൈവിധ്യം (species diversity) :- സ്പീഷിസുകളുടെ എണ്ണത്തിലുള്ള വൈവിധ്യമാണ് ഇത് സൂചിപ്പിക്കുന്നത്. ഒരു പ്രത്യേക സ്ഥലത്തു മാത്രം കാണപ്പെടുന്ന സ്പീഷുകളെ അവിടുത്തെ തദ്ദേശി (endemic) സ്പീഷുകൾ എന്ന് പറയും. ഇവയുടെ സംരക്ഷണത്തിന് പ്രാദേശികതലത്തിലുള്ള പ്രവർത്തനങ്ങൾ കൂടിയേ കഴിയൂ.

---

*1 IUCN = International union for Conservation of Nature and Natural Resources. ഇന്ന് world conservation union എന്നറിയപ്പെടുന്നു.

*2 WWF = World Wide Fund for Nature

ലോകം മൊത്തത്തിലെടുത്താൽ ഇതുവരെ ഏതാണ്ട് 19 ലക്ഷം ജീവികളെ ശാസ്ത്രീയമായി വിവരിച്ചിട്ടുണ്ട്. ഇത് യഥാർഥത്തിലുള്ളതിന്റെ 15 ശതമാനത്തിൽ കുറവായിരിക്കും എന്നാണ് ഊഹിക്കപ്പെടുന്നത്. ഉയർന്ന വിഭാഗത്തിൽപ്പെട്ട ജന്തുക്കളും സസ്യങ്ങളും ഏറെക്കുറെ അറിയപ്പെട്ടിട്ടുണ്ടെങ്കിലും നട്ടെല്ലില്ലാത്ത ജന്തുക്കളും സൂക്ഷ്മസസ്യങ്ങളും എത്രയോ ഇനിയും ശാസ്ത്രത്തിന് അപരിചിതമായി തുടരുന്നു. ആകെയുള്ള ജീവികൾ 5 മുതൽ 50 ദശലക്ഷം വരെയാവാമെന്നാണ് പല വിദഗ്ധരുടെയും നിഗമനം. ഇതിനകം വിവരിക്കപ്പെട്ട സ്പീഷുകളുടെ എണ്ണം താഴെ കൊടുക്കുന്നു.

ഗ്രൂപ്പ്	**സ്പീഷിസുകൾ**
ഉയർന്ന സസ്യങ്ങൾ	2,70,000
ആൽഗകൾ	40,000
ഫംഗസുകൾ	72,000
ബാക്ടീരിയ	4,000
സസ്തനികൾ	5,487
പക്ഷികൾ	9,856
ഉരഗങ്ങൾ	7,150
മത്സ്യങ്ങൾ	26,959
ഉഭയജീവികൾ	4,780
ഷഡ്പദങ്ങൾ	10,25,000
ക്രസ്റ്റേഷ്യനുകൾ	43,000
മൊളസ്കുകൾ	70,000
നെമറ്റോഡുകൾ	25,000
പ്രോട്ടോസോവകൾ	40,000
മറ്റുള്ളവ	1,10,000

ഇന്ത്യയിൽ നിന്ന് റിപ്പോർട്ടുചെയ്യപ്പെട്ട നട്ടെല്ലുള്ള ജന്തുക്കളുടെ കണക്ക് താഴെ കൊടുത്ത പ്രകാരമാണ്.

സസ്തനികൾ	– 390
പക്ഷികൾ	– 1230
ഉരഗങ്ങൾ	– 456
ഉഭയജീവികൾ	– 209
മത്സ്യങ്ങൾ	– 2546

കേരളത്തിൽ ഇതേ ഗ്രൂപ്പുകളിൽ നിന്ന് സസ്തനികൾ (75) പക്ഷി

കൾ (475) ഉരഗങ്ങൾ (142) ഉഭയജീവികൾ (86) മത്സ്യങ്ങൾ (196) എന്നിങ്ങനെയാണ് റിപ്പോർട്ട് ചെയ്യപ്പെട്ട സ്പീഷിസുകളുടെ എണ്ണം.

സ്പീഷിസുകളുടെ എണ്ണത്തിൽ ഏറ്റവും വൈവിധ്യം ഉള്ളത് മധ്യരേഖാ പ്രദേശത്താണ്. ധ്രുവത്തിനടുത്തേക്ക് പോകുന്തോറും ജൈവവൈവിധ്യം കുറഞ്ഞുവരുന്നു.

ജനിതകവൈവിധ്യം

ഒരു സ്പീഷിസിനകത്തുള്ള ജീനുകളുടെ വൈവിധ്യം ജൈവവൈവിധ്യത്തിന്റെ പ്രധാനപ്പെട്ട ഘടകമാണ്. മാറുന്ന കാലാവസ്ഥയ്ക്കനുസരിച്ച് അനുകൂലനം നേടാനും പുതിയ ഇടങ്ങളിലേക്ക് വ്യാപിക്കാനും നിലനിൽപ്പിനുതന്നെയും ഇതാവശ്യമാണ്. മിക്ക ജീനുകൾക്കും അനേകം രൂപഭേദങ്ങൾ അല്ലെങ്കിൽ അല്ലീലുകൾ സമൂഹത്തിലുണ്ടാവും. സ്പീഷിസിലെ അംഗസംഖ്യ വല്ലാതെ കുറയുമ്പോൾ ജനിതക വൈവിധ്യം വല്ലാതെ കുറയും. കാർഷിക സസ്യങ്ങളിലെ ജനിതക വൈവിധ്യം വളരെ പ്രധാനപ്പെട്ടതാണ്. രോഗങ്ങളെയും കാലാവസ്ഥാ വ്യതിയാനങ്ങളെയും ചെറുക്കാനുള്ള ജീനുകൾ ചില ഇനങ്ങളിൽ ഉണ്ടെങ്കിൽ അതില്ലാത്തവയിലേക്ക് ജനിതക മാർഗങ്ങളിലൂടെ എത്തിക്കാൻ കഴിയും. ജനിതകവൈവിധ്യ സംരക്ഷണം സ്പീഷിസ് സംരക്ഷണംപോലെ തന്നെ പ്രാധാന്യമർഹിക്കുന്നതാണ്.

ആവാസവ്യവസ്ഥാവൈവിധ്യം

ആവാസ വ്യവസ്ഥയിലെ വൈവിധ്യമാണ് മൊത്തത്തിലുള്ള സ്പീഷിസ് വൈവിധ്യത്തിന്റെ ഒരു ഘടകം. പലതരം ആവാസസ്ഥലങ്ങളും ഭൂമിശാസ്ത്രമേഖലകളും ഉള്ള രാജ്യങ്ങളിൽ ജൈവ വൈവിധ്യം ഏറ്റവും കൂടുതലായിരിക്കും. ഓരോ ആവാസവ്യവസ്ഥയിലും പലതരം ഊർജത്തിന്റെ ഒഴുക്ക് രീതികളും ജീവി ബന്ധങ്ങളും നിലനിൽക്കും. കമ്യൂണിറ്റികളുടെ (ആവാസവ്യവസ്ഥയിലെ ജീവിഘടകങ്ങൾ ചേർന്നതാണ് കമ്യൂണിറ്റി) ഘടന ഓരോ ആവാസവ്യവസ്ഥയിലും വ്യത്യസ്തമായിരിക്കും. ഇന്ത്യയിലെ ആവാസവ്യവസ്ഥകളുടെ വൈവിധ്യം കാരണം ഇവിടെ തദ്ദേശി സ്പീഷിസുകൾ വളരെ കൂടുതലാണ്. നമ്മുടെ ഉഭയജീവികളിൽ 60 ശതമാനവും ശുദ്ധജലമത്സ്യങ്ങളിൽ 53 ശതമാനവും തദ്ദേശ സ്പീഷിസുകളാണ്.

ജൈവവൈവിധ്യം കൊണ്ടുള്ള പ്രയോജനങ്ങൾ

ഒരു സ്പീഷിസ് എന്ന നിലയിൽ ആവാസവ്യവസ്ഥയുടെ ഒരു ഭാഗമാണ് മനുഷ്യൻ. ജൈവവൈവിധ്യം സംരക്ഷിക്കപ്പെടുന്നില്ലെങ്കിൽ മനുഷ്യന്റെ നിലനിൽപ്പ് അപകടത്തിലാവും എന്നറിയാൻ പരിസ്ഥിതിവിജ്ഞാനമൊന്നും ആവശ്യമില്ല. നേരിട്ടും അല്ലാതെയും ജീവലോകം നമുക്ക് പ്രയോജനപ്പെടുന്നു. ഭക്ഷണം, വസ്ത്രം, ഔഷധങ്ങൾ, ഗൃഹനിർമാണ

വസ്തുക്കൾ എന്നിവയ്ക്കു പുറമെ പരിസ്ഥിതിയുടെ സൗന്ദര്യവും നമ്മുടെ മനസിന്റെ ആരോഗ്യവുമെല്ലാം ജൈവ വൈവിധ്യവുമായി ബന്ധപ്പെട്ടിരിക്കുന്നു.

(1) **ഭക്ഷണത്തിനുവേണ്ടി, പുതിയ വെറൈറ്റികളുണ്ടാക്കാൻ**:- മനുഷ്യൻ പ്രാകൃതാവസ്ഥയിൽ തന്നെ ഭക്ഷണത്തിന് പറ്റിയ സസ്യങ്ങൾ പ്രകൃതിയിൽ നിന്നു കണ്ടെത്തിയിരുന്നു. അനേകം തലമുറകളിലൂടെയുള്ള നിർധാരണം വഴിയാണ് ഇന്നത്തെ കാർഷികസസ്യങ്ങൾ രൂപപ്പെട്ടത്. വളർത്തു മൃഗങ്ങൾക്കും ഇത്തരം ഒരു മുൻചരിത്രമുണ്ട്. ഭക്ഷണമായി ഉപയോഗിക്കുന്നതിൽ മൂന്നിൽ രണ്ടുഭാഗവും അരി, ചോളം, ഗോതമ്പ് എന്നീ ധാന്യങ്ങളാണ്. ഇരുപതോളം സസ്യസ്പീഷിസുകളിൽ നിന്നാണ് ആകെ ഭക്ഷണത്തിന്റെ 85 ശതമാനവും ലഭിക്കുന്നത്. ഈ സസ്യങ്ങളിൽ പലതിനും രോഗപ്രതിരോധശക്തി, കാലാവസ്ഥാമാറ്റങ്ങൾ അതിജീവിക്കാനുള്ള ശേഷി എന്നിവ കുറവാണ്. വന്യസ്പീഷിസുകളുമായി സങ്കരണം നടത്തിയോ ജനിതക എഞ്ചിനീയറിങ് സങ്കേതങ്ങളുപയോഗിച്ചോ ഇവയെ ജനിതകപരമായി നന്നാക്കിയെടുക്കേണ്ടി വരും. ജനിതക വൈവിധ്യം സംരക്ഷിച്ചാലേ ഇത് സാധ്യമാവൂ. ഉദാഹരണമായി ഏഷ്യൻ നെല്ലിനങ്ങളുടെ രോഗപ്രതിരോധശേഷി ഒറൈസ നിവാര (Oryza nivara) എന്ന വന്യസ്പീഷിസിൽ നിന്ന് സങ്കരണം വഴി നേടിയതാണ്. വന്യസ്പീഷിസുകൾ നഷ്ടപ്പെട്ടാൽ ഭാവിയിൽ ഇത്തരം ജനിതകമാറ്റങ്ങൾ വരുത്താനുള്ള സാധ്യത അടഞ്ഞുപോകും. അടുത്ത കാലത്ത് വികസിപ്പിച്ചെടുത്ത വൈറ്റമിൻ എ അടങ്ങിയ നെല്ലിനം ഉണ്ടാക്കിയത് ഡാഫോഡിൽസ് എന്ന ചെടിയുടെ ജീൻ അഗ്രോബാക്ടീരിയം വഴി നെൽച്ചെടിയിലെത്തിച്ചാണ്. അതുപോലെ ജൈവവിഘടന ശേഷിയുള്ള കീടനാശിനികൾ വികസിപ്പിക്കേണ്ടത് ഇന്നത്തെ ആവശ്യമാണ്. വന്യസ്പീഷിസുകളിൽ ഇത്തരം കീടനാശിനികളുണ്ടാക്കുന്ന ജീനുകൾ നിരവധിയുണ്ട്. ജനിതക എഞ്ചിനീയറിങ് വഴി ഈ ജീനുകളെ പറിച്ചുനട്ട് ബാക്റ്റീരിയങ്ങളേയും മറ്റും ഉപയോഗിച്ച് കീടനാശിനികൾ നിർമിക്കാൻ കഴിയും. ഇത്തരം ഭാവി ഗവേഷണസാധ്യതകളെ ജൈവവൈവിധ്യനഷ്ടം പ്രതികൂലമായി ബാധിക്കും.

(2) **ഔഷധങ്ങൾ**:- ആയുർവേദ ചികിൽസാരീതിയിൽ സസ്യജന്യമായ ഔഷധങ്ങളാണ് അധികവും ഉപയോഗിക്കുന്നത്. അലോപ്പതി ഔഷധങ്ങളിൽ നല്ലൊരു ശതമാനവും സസ്യങ്ങളിൽ നിന്നുണ്ടാക്കുന്നവയാണ്. വളരെക്കാലം മുമ്പ് തന്നെ മോർഫിൻ (പപ്പാവെർ സോമ്നിഫെറം എന്ന സസ്യത്തിൽ നിന്നെടുക്കുന്നത്) വേദനസംഹാരിയായി ഉപയോഗിച്ചുവരുന്നു. മലേറിയ ചികിത്സയ്ക്കുള്ള ക്വയിനിൻ, സിങ്കോണ മരത്തിൽനിന്നെടുക്കുന്നതാണ്. ക്യാൻസർ ചികിത്സക്കുപയോഗിക്കുന്ന ടാക്സോൾ എന്ന ഔഷധം (ടാക്സസ് ബക്കേറ്റ എന്ന ചെടിയിൽ നിന്നാണെടുക്കുന്നത്) രക്തസമ്മർദം കുറയ്ക്കാനുപയോഗിക്കുന്ന റിസർപിൻ എന്ന ഔഷധം (സർപ്പഗന്ധിയിൽ നിന്നുണ്ടാക്കുന്നത്), നാഡീവ്യൂഹ

ഉത്തേജകമായി ഉപയോഗിക്കുന്ന സ്ട്രിക്നീൻ, ബ്രൂസിൻ എന്നീ ഔഷധങ്ങൾ (കാഞ്ഞിരത്തിൽ നിന്നുണ്ടാക്കുന്നവ) മറ്റുദാഹരണങ്ങളാണ്. ഭാവി ഗവേഷണങ്ങൾ സസ്യങ്ങളുടെ ഔഷധഗുണങ്ങൾ പലതും വെളിച്ചത്തുകൊണ്ടുവരും. തിരുവനന്തപുരത്തെ TBGRI എന്ന സ്ഥാപനം ആദിവാസികളുടെ അറിവ് പ്രയോജനപ്പെടുത്തി ആരോഗ്യപച്ച (ട്രൈക്കോപ്പസ് സൈലാനിക്കസ്) യിൽ നിന്ന് 'ജീവനി' എന്ന ഔഷധം നിർമിച്ചു.

(3) **ഇക്കോളജീയ ധർമങ്ങൾ:-** വായു ശുദ്ധമായി നിർത്തുന്നതിലും, കാലാവസ്ഥാ കാഠിന്യം കുറയ്ക്കുന്നതിലും ജൈവവൈവിധ്യത്തിന് വലിയ പങ്കുണ്ട്. സസ്യങ്ങളുടെ പരാഗണം നടക്കാൻ സഹായിക്കുന്നത് പലവിധത്തിലുള്ള ജന്തുക്കളാണ്. വനസമ്പത്തിന്റെ നാശം ഉണ്ടാക്കുന്ന പരിസ്ഥിതി പ്രശ്നങ്ങൾ നിരവധിയാണ്. മണ്ണൊലിപ്പ് തടയുക, കാറ്റിന്റെ ശക്തിയിൽ നിന്ന് സംരക്ഷിക്കുക എന്നിവ സസ്യങ്ങൾ നിർവഹിക്കുന്ന മറ്റുധർമങ്ങളാണ്. നമ്മുടെ സൗന്ദര്യബോധത്തെ തൃപ്തിപ്പെടുത്തുന്നത് പൂക്കളും പ്രകൃതിയുടെ പച്ചപ്പുമാണ്. പ്രകൃതിക്ക് നമ്മുടെ സാംസ്കാരികവും മതപരവുമായ പ്രവർത്തനങ്ങളിലും സ്ഥാനമുണ്ട്. മത്സ്യബന്ധനം പോലുള്ള മേഖലകൾ ജൈവ വൈവിധ്യവുമായി ബന്ധപ്പെട്ടതാണ്. ടൂറിസം ജൈവ വൈവിധ്യത്തെ അടിസ്ഥാനമാക്കിയുള്ള തൊഴിൽ മേഖലയാണ്.

എങ്ങനെയെല്ലാം നഷ്ടപ്പെടുന്നു

ജൈവവൈവിധ്യ ശോഷണമുണ്ടാകുന്നത് പ്രധാനമായും താഴെക്കൊടുത്ത കാരണങ്ങളാലാണ്.

(1) **ആവാസനഷ്ടവും തുണ്ടുകളായി മുറിയലും** (fragmentation):- വന്യജന്തുക്കളുടെ വംശനാശത്തിന് പ്രധാനകാരണം ആവാസസ്ഥലങ്ങൾ ശോഷിച്ചുവരുന്നതാണ്. ജനസംഖ്യാവർധനവാണ് ഇതിന് പരോക്ഷമായി കാരണമാവുന്നതെന്ന് പറയാം. സാമ്പത്തിക ലക്ഷ്യങ്ങളും വനനശീകരണത്തിന് ഇടയാക്കുന്നുണ്ട്. നമ്മുടെ ഉദ്യോഗസ്ഥസംവിധാനത്തിൽ നിലനിൽക്കുന്ന അഴിമതി വനം കയ്യേറ്റക്കാർ മുതലെടുക്കുന്നു. വനത്തിൽ കഞ്ചാവ് കൃഷിചെയ്യുന്നത് വന്യജീവികൾക്ക് ഭീഷണി സൃഷ്ടിക്കുന്നു. കയ്യേറ്റങ്ങൾ വനഭൂമിയെ പല തുണ്ടുകളായി മുറിക്കുന്നു. ജന്തുക്കളുടെ സ്വാഭാവിക യാത്രാമാർഗങ്ങളിൽ മനുഷ്യവാസ സ്ഥലങ്ങൾ വന്നാൽ വന്യജീവികളുടെ നാശമായിരിക്കും ഫലം. ഹൈവേ നിർമാണം, അണക്കെട്ടുകൾ എന്നിവ പല രീതിയിൽ ജൈവവൈവിധ്യത്തെ ദോഷകരമായി ബാധിക്കുന്നു. ചതുപ്പുനിലങ്ങൾ നികത്തൽ, ചെമ്മീൻ കൃഷി എന്നിവ പല ജീവികൾക്കും ആവാസ നഷ്ടമുണ്ടാക്കുന്നു.

(2) **നായാട്ട്, ഔഷധങ്ങൾക്കുവേണ്ടി നശിപ്പിക്കൽ:-** വന്യജന്തുക്കൾക്ക് പ്രധാനഭീഷണി നായാട്ടാണ്. മാംസത്തിനും ഔഷധനിർമാണത്തിനും വേണ്ടി ചില ജന്തുക്കളെ കൊന്നൊടുക്കുന്നത് ഭക്ഷ്യശൃംഖലയിലെ മറ്റുള്ളവയേയും ബാധിക്കും. കാണ്ടാമൃഗത്തിന്റെ കൊമ്പിനും, കടു

വയുടെ എല്ലുകൾക്കും കരിങ്കുരങ്ങിന്റെ മാംസത്തിനും ഔഷധഗുണമുണ്ടെന്ന വിശ്വാസം ഇവയുടെ നാശത്തിന് കാരണമാവുന്നു. ഇതേപോലെ ഔഷധസസ്യങ്ങൾ പലതും നിയന്ത്രണമില്ലാതെ ശേഖരിക്കുന്നതും പലതും അന്യം നിന്നുപോകാനിടയാക്കും.

(3) **മലിനീകരണം**: കാർഷിക ആവശ്യങ്ങൾക്കായി വൻതോതിൽ കീടനാശിനികൾ ഉപയോഗിക്കുന്നത് മത്സ്യങ്ങൾക്കും പക്ഷികൾക്കും നാശമുണ്ടാക്കുന്നു. ഇതേപോലെ സസ്യപോഷകങ്ങൾ ജലത്തിൽ കലരുന്നതുമൂലം ജലസസ്യങ്ങൾ വല്ലാതെ വർധിച്ചു പ്രശ്നമുണ്ടാവും. ഇവ ചീഞ്ഞളിഞ്ഞാൽ ജലത്തിലെ ഓക്സിജന്റെ അളവ് കുറഞ്ഞ് ജലജീവികൾക്ക് ജീവിക്കാൻ പറ്റാത്ത അവസ്ഥയുണ്ടാവും. ഓക്സിജന്റെ അളവ് വല്ലാതെ താണാൽ ജലജീവികൾ നശിച്ച് ഓക്സിജനാവശ്യമില്ലാത്ത ബാക്റ്റീരിയങ്ങൾ പെരുകും. ഇത് ജല ആവാസവ്യവസ്ഥകളുടെ സമ്പൂർണ നാശത്തിന് വഴിവെക്കും.

കടൽ ആവാസ വ്യവസ്ഥകളിൽ നഗരമാലിന്യങ്ങൾ കലർന്നും എണ്ണ പടർന്നും ജൈവവൈവിധ്യനഷ്ടമുണ്ടാകും.

(4) **വിദേശസ്പീഷിസുകളെ കൊണ്ടുവരൽ**: ഓരോ സ്ഥലത്തും സ്വാഭാവികമായി കാണപ്പെടുന്ന ജീവികൾ തമ്മിലുള്ള ജൈവബന്ധം മറ്റൊരുദേശത്തുനിന്ന് പുതിയ സ്പീഷിസിനെ കൊണ്ടുവന്നാൽ തകരാറിലാവും. പുതുതായി കൊണ്ടുവരുന്ന സ്പീഷിസിനെ നിയന്ത്രിച്ചു നിർത്തുന്ന ഇക്കോളജീയ ഘടകങ്ങൾ ഈ ഇക്കോവ്യൂഹത്തിൽ ഉണ്ടാവണമെന്നില്ല. ഉദാഹരണമായി ചില പസഫിക്ക് ദ്വീപുകളിൽ മനുഷ്യർ മുയലുകളേയും ആടുകളേയും കൊണ്ടുവന്നത് അവിടുത്തെ സസ്യങ്ങൾക്കും ഉരഗങ്ങൾക്കും നാശമുണ്ടാക്കിയതായി കണ്ടെത്തിയിട്ടുണ്ട്. ട്രൗട് എന്ന വിദേശമത്സ്യത്തെ U S A യിൽ കൊണ്ടുവന്നത് നാടൻ മത്സ്യ ഇനങ്ങളുടെ നാശത്തിലേക്ക് നയിച്ചു. ഐക്കോർണിയ എന്ന ജലസസ്യവും ആഫ്രിക്കൻ പായലും നമ്മുടെ ജലാശയങ്ങളിൽ പല ജീവികളും കുറയാനിടയാക്കി. ലൻറാന ക്യാമറ എന്ന സസ്യം (അരിപ്പൂവ്) നമ്മുടെ പുൽമേടുകളിലും കാടുകളിലും വ്യാപിച്ചത് പല സസ്യങ്ങൾക്കും ഭീഷണിയായിട്ടുണ്ട്.

വന്യജീവികളും വംശനാശവും

ഒരു ജീവിവംശത്തിന്റെ പൂർണമായ തിരോധാനമാണ് വംശനാശം. ഭൂമിയുടെ ചരിത്രത്തിൽ വംശനാശം എപ്പോഴും സംഭവിച്ചിരുന്നു. പുതിയ സ്പീഷിസുകളുമായുള്ള മത്സരം, കാലാവസ്ഥാ മാറ്റം എന്നിവയായിരുന്നു വംശനാശത്തിന് കാരണം ഇത്തരം വംശനാശത്തെ സ്വാഭാവിക വംശനാശം എന്ന് പറയുന്നു. ഇതിന്റെ നിരക്ക് വളരെ കുറവായിരുന്നു. ലക്ഷക്കണക്കിന് വർഷങ്ങൾ കൂടുമ്പോൾ കൂട്ടത്തോടെയുള്ള വംശനാശങ്ങളുണ്ടായി. ആറരക്കോടി വർഷങ്ങക്ക് മുമ്പ് ഡൈനോസോറുകൾ

കൂട്ടത്തോടെ നശിച്ചത് ഉദാഹരണമാണ്. ഭൂമിയിൽ സംഭവിച്ച വൻ കാലാവസ്ഥാ മാറ്റങ്ങളായിരുന്നു ഇതിലേക്ക് നയിച്ചത്.

എന്നാൽ ഇന്നത്തെ വംശനാശങ്ങൾ മനുഷ്യനിർമിതം (anthropogenic) എന്നാണ് വിവക്ഷിക്കപ്പെടുന്നത്. മനുഷ്യന്റെ പ്രവർത്തനങ്ങളാണ് വംശനാശത്തിനിടയാക്കുന്നത്. ഇതിന്റെ നിരക്കാകട്ടെ സ്വാഭാവികവംശനാശത്തിന്റെ 1000–10000 വരെ മടങ്ങാണ്. ജൈവവൈവിധ്യത്തിന്റെ കേന്ദ്രങ്ങളായ ഉഷ്ണമേഖലാ മഴക്കാടുകളിൽ നിന്ന് പ്രതിവർഷം 14000 മുതൽ 40,000 വരെ സ്പീഷിസുകളാണ് അന്യം നിൽക്കുന്നത്. ഈ നില തുടർന്നാൽ 2100 ആവുമ്പോഴേക്കും ഇന്നുള്ളതിന്റെ പകുതി സ്പീഷിസുകൾ നമുക്ക് നഷ്ടപ്പെടും.

ശരീരവലുപ്പം കൂടുതലാവുക, അംഗസംഖ്യ കുറവായിരിക്കുക, പ്രത്യുൽപ്പാദന നിരക്ക് കുറവായിരിക്കുക, ഭക്ഷ്യശൃംഖലയിലെ ഉയർന്ന ലവലിൽ സ്ഥാനം, ചെറിയ ഭൂപ്രദേശത്ത് കാണപ്പെടുക, നിശ്ചിത ദേശാടനമാർഗങ്ങൾ എന്നീ ഘടകങ്ങൾ വംശനാശത്തെ ത്വരിതപ്പെടുത്തുന്നതായി നിരീക്ഷിച്ചിട്ടുണ്ട്.

IUCN ന്റെ വർഗീകരണം

ലോക കൺസർവേഷൻ യൂണിയൻ എന്ന സംഘടന വിവിധ കാരണങ്ങളാൽ വംശനാശ ഭീഷണിയുള്ള സസ്യങ്ങളേയും ജന്തുക്കളേയും കണ്ടെത്തി ലിസ്റ്റാക്കുന്ന പ്രവർത്തനം 1960 കളിൽത്തന്നെ തുടങ്ങി. ഓരോ രാജ്യത്തെയും വിദഗ്ധർ ഉണ്ടാക്കുന്ന പട്ടികകൾ ക്രോഡീകരിച്ചാണ് റെഡ് ഡാറ്റ ബുക്ക് ഉണ്ടാക്കിയത്. 1994 ൽ നാശോന്മുഖപ്രവണതയുടെ തീക്ഷ്ണത അനുസരിച്ച് ജീവികളെ 8 വിഭാഗങ്ങളായി തിരിച്ചു; ഈ വിഭാഗങ്ങൾ താഴെ പറയുന്നവയാണ്.

1 വംശനാശം വന്നവ (extinet)	–	പൂർണമായും നശിച്ചു
2 വന്യാവസ്ഥയിൽ വംശനാശം വന്നവ (extinct in the wild)	–	വന്യാവസ്ഥയിൽ പൂർണമായും ഇല്ലാതായതായി സർവേകളിൽ കണ്ടെത്തിയവ
3 ഗുരുതരമായ വംശനാശ ഭീഷണിയുള്ളവ (critically endangered)	–	അടുത്തുതന്നെ വന്യാവസ്ഥയിൽ നാശംവരും എന്ന അവസ്ഥയിലുള്ളവ
4 വംശനാശ ഭീഷണിയുള്ളവ (endangered)	–	നാശോന്മുഖമായിക്കൊണ്ടിരിക്കുന്നവ. സമീപഭാവിയിൽ നാശം സംഭവിക്കാനിടയുള്ളവ
5 അപകടസാധ്യതയുള്ളവ (Vulnerable)	–	ഭാവിയിൽ അപ്രത്യക്ഷമാവാൻ സാധ്യതയുള്ളവ
6 കുറഞ്ഞ അളവിൽ ഭീഷണിയുള്ളവ (Lower risk)	–	മേൽപ്പറഞ്ഞവയിൽ ഉൾപ്പെടാതെ താരതമ്യേന കുറഞ്ഞ അളവിൽ ഭീഷണിയുള്ളവ

7 അപൂർണമായി വിലയിരുത്തപ്പെട്ടവ (data deficient)	-	വിലയിരുത്താൻ വേണ്ടത്ര വിവരങ്ങൾ ശേഖരിക്കാൻ കഴിയാത്തവ
8 വിലയിരുത്താത്തവ (Not enlisted)	-	പഠനത്തിന് വിധേയമാക്കാത്തവ

ഇതിൽ 3, 4, 5 വിഭാഗങ്ങൾ മൊത്തത്തിലെടുത്ത് ഭീഷണിയുള്ളവ (threatened) എന്ന് പറയാറുണ്ട്.

2008 ലെ ഏറ്റവും പുതിയ റെഡ് ഡാറ്റാലിസ്റ്റിൽ 40,000 സ്പീഷിസുകളെ വിശകലനത്തിന് വിധേയമാക്കി. ഇതിൽ 16,000 ഏതെങ്കിലും വിഭാഗത്തിൽ പെട്ട ഭീഷണി നിലനിൽക്കുന്ന, ഭീഷണിയുള്ളവയിൽ വരുന്നതായി കണ്ടെത്തിയിട്ടുണ്ട്. ഗ്രൂപ്പുകൾ തിരിച്ചുള്ള വിലയിലുത്തൽ പൂർണമായിട്ടില്ല. പക്ഷികളുടെയും സസ്തനികളുടെയും അവസ്ഥ ഏതാണ്ട് പൂർണമായിത്തന്നെ പഠിച്ചു കഴിഞ്ഞിട്ടുണ്ട്. ആകെയുള്ള 5,487 സ്പീഷിസ് സസ്തനികളിൽ 1141 എണ്ണവും ഭീഷണിയുള്ളവ ആണ്. ഇതിൽ തന്നെ 188 എണ്ണം ഗുരുതരമായ വംശനാശഭീഷണിയുള്ളവയാണ്. കേരളത്തിൽ 35 സസ്തനികൾ ഭീഷണിയുള്ളവയായുണ്ട്. ഇതിൽ മലബാർ സിവറ്റ് എന്ന വെരുകിനം ഗുരുതരമായ വംശനാശഭീഷണിയുള്ളതാണ്.

ഇതേ ലിസ്റ്റിൽ തന്നെ പക്ഷികളുടെ ഇന്നത്തെ അവസ്ഥയും വിശദമാക്കിയിട്ടുണ്ട്. ലോകത്തിലാകെ 9856 പക്ഷി സ്പീഷിസുകളുള്ളതിൽ

1226 എണ്ണം ഭീഷണിയിൽ കഴിയുന്നവയാണ്. (12.4%) ഇതിൽ തന്നെ 190 സ്പീഷിസുകൾ ഗുരുതരമായ വംശനാശ ഭീഷണിയുള്ളവയും. മറ്റൊരു പ്രധാനവിവരം 1500 ന് ശേഷം ഏതാണ്ട് 134 പക്ഷിസ്പീഷുകൾക്ക് വംശനാശം സംഭവിച്ചു എന്നതാണ്.

ഇന്ത്യയിലെ കാടുകളിൽ നിരവധി മൃഗങ്ങൾ വംശനാശഭീഷണിയിലാണ് ഏതാനും ഉദാഹരണങ്ങൾ താഴെകൊടുക്കുന്നു.

(1) കടുവ (2) ഏഷ്യൻ സിംഹം (3) ഒറ്റക്കൊമ്പൻ കാണ്ടാമൃഗം (4) പുള്ളിപ്പുലി (5) കൃഷ്ണമൃഗം (blackbuck) (6) കസ്തൂരിമാൻ (7) സിംഹവാലൻ കുരങ്ങ് (8) വന്യാവസ്ഥയിലുള്ള കഴുത (9) നീലഗിരി കാട്ടാട് (10) ഗ്രേറ്റ് ഇന്ത്യൻ ബസ്റ്റാർഡ് (11) മലമുഴക്കി വേഴാമ്പൽ (12) ആന

ജൈവവൈവിധ്യസംരക്ഷണം

സംരക്ഷണപ്രവർത്തനങ്ങളുടെ ലക്ഷ്യം–ജൈവ വൈവിധ്യത്തെ നശിപ്പിക്കാതെ ഉപയോഗിക്കുകയും അടുത്ത തലമുറയ്ക്ക് കൈമാറുകയുമാണ്. സ്പീഷിസുകളുടെ വൈവിധ്യവും ജനിതകവൈവിധ്യവും സംരക്ഷിച്ചുകൊണ്ട് ജീവലോകത്തെ പ്രയോജനപ്പെടുത്തുന്നതാണ് സംരക്ഷണപ്രവർത്തനങ്ങളിൽ ലക്ഷ്യമിടുന്നത്.

ജൈവവൈവിധ്യ സംരക്ഷണത്തിന് രണ്ടുതരം സംരക്ഷണ രീതികളാണ് നിർദേശിക്കപ്പെടുന്നത്. ആവാസവ്യവസ്ഥകൾക്കകത്തു തന്നെ സ്വാഭാവിക പരിസ്ഥിതിയിൽ സംരക്ഷിക്കലും ആവാസവ്യവസ്ഥയ്ക്ക് പുറത്ത് സംരക്ഷിക്കലും.

I. **ആവാസവ്യവസ്ഥയ്ക്കകത്തുള്ള സംരക്ഷണം**

ആവാസവ്യവസ്ഥകളിൽ പുറത്തുനിന്നുള്ള ഇടപെടൽ തടയുന്നതിനാൽ ജീവികൾ തമ്മിലുള്ള സ്വാഭാവിക ബന്ധവും ആവാസവ്യവസ്ഥകളുടെ പ്രവർത്തനവും മാറ്റമില്ലാതെ നടക്കും. എല്ലാ സ്പീഷിസുകളേയും ഒരേപോലെ സംരക്ഷിക്കാനും ഈ രീതിയിൽ സാധിക്കും. വിദേശസ്പീഷിസുകൾ, മലിനീകരണം എന്നിവ ജൈവസമ്പത്തിന് നാശമുണ്ടാക്കില്ല എന്ന ഗുണവുമുണ്ട്. സാങ്ചറികൾ, ദേശീയോദ്യാനങ്ങൾ, ജൈവമണ്ഡലസംരക്ഷണ കേന്ദ്രങ്ങൾ, ആഗോളപൈതൃക സ്ഥാനങ്ങൾ, കാവുകൾ എന്നിവ ഇത്തരം സംരക്ഷണകേന്ദ്രങ്ങളാണ്.

കാട്ടാട്

(a)**സാങ്ചറികൾ** (വന്യജീവിസങ്കേതങ്ങൾ)

വന്യജീവികളുടെ ആവാസസ്ഥലങ്ങൾ നഷ്ടപ്പെടാതെ നോക്കുന്നതിന് ഏറ്റവും നല്ല രീതി വന്യജീവിസങ്കേതങ്ങൾ സ്ഥാപിക്കലാണ്. വനപ്രദേശങ്ങൾ മാത്രമല്ല മരുഭൂമി, കടൽത്തീരം, ചതുപ്പുനിലങ്ങൾ, പുൽമേടുകൾ ഇവയും സാങ്ചറികളുടെ ഭാഗമാവാറുണ്ട്. ഇന്ത്യയിൽ വിവിധ സംസ്ഥാനങ്ങളിലായി അഞ്ഞൂറോളം സാങ്ചറികളുണ്ട്. കേരളത്തിലെ ഏറ്റവും പ്രശസ്തമായ വന്യമൃഗസങ്കേതം പെരിയാർ കടുവാസംരക്ഷണകേന്ദ്രമാണ്. ആറളം, വയനാട്, പറമ്പിക്കുളം, ചിമ്മിണി, പീച്ചി, വാഴാനി, ചിന്നാർ, തട്ടേക്കാട്, ഇടുക്കി, ചെന്തുരുണി, പേപ്പാറ, നെയ്യാർ എന്നിവയാണ് മറ്റ് പ്രധാന സാങ്ചറികൾ.

സാങ്ചറികളിൽ കൃഷി, കന്നുകാലിവളർത്തൽ, മരംവെട്ടൽ എന്നിവ ചെറിയ തോതിൽ അനുവദിക്കാറുണ്ട്.

വേഴാമ്പൽ

ഇന്ത്യൻ ബസ്റ്റാർഡ്

സിംഹവാലൻ

അമേരിക്കയിലെ യെല്ലോ സ്റ്റോൺ നാഷണൽ പാർക്ക്

(b) **ദേശീയോദ്യാനങ്ങൾ** (National parks)

പ്രത്യേക പരിഗണന അർഹിക്കുന്ന ജന്തുക്കളോ സസ്യങ്ങളോ ഉള്ള പ്രദേശത്തെ കേന്ദ്രഗവൺമെന്റുത്തരവിലൂടെ ദേശീയ പാർക്കുകളായി പ്രഖ്യാപിക്കുന്നു. കൃഷി, കന്നുകാലിവളർത്തൽ തുടങ്ങിയവ അനുവദിക്കാറില്ല. ടൂറിസ്റ്റു പ്രവർത്തനങ്ങൾ നിയന്ത്രിതമായി മാത്രം അനുവദിക്കും. ഇന്ത്യയിൽ 89 നാഷണൽ പാർക്കുകളുണ്ട്. കേരളത്തിലെ സൈലന്റ് വാലി നാഷണൽപാർക്കും, ഇരവികുളം നാഷണൽ പാർക്കും പ്രസിദ്ധമാണ്. വംശനാശ ഭീഷണിയുള്ള കാട്ടാടുകൾ ഇരവികുളം നാഷണൽ പാർക്കിലുണ്ട്. അമേരിക്കയിലെ യെല്ലോ സ്റ്റോൺ നാഷണൽ പാർക്കാണ് ലോകത്തിലെ ആദ്യത്തെ നാഷണൽ പാർക്ക്. ഇന്ത്യയിൽ ആദ്യം സ്ഥാപിച്ച നാഷണൽ പാർക്ക് കോർബറ്റ് നാഷണൽ പാർക്കാണ്(ഉത്തരാഞ്ചലിൽ). ഗിർനാഷണൽ പാർക്ക് (ഗുജറാത്ത്) ബന്ദീപൂർ നാഷണൽ പാർക്ക് (കർണാടക) കാഷിരംഗനാഷണൽ പാർക്ക് (ആസാം) കാൻഹ നാഷണൽ പാർക്ക് (എംപി) ഹസാരിബാഗ് നാഷണൽ പാർക്ക് (ബീഹാർ) ഡസേർട്ട് നാഷണൽ പാർക്ക് (രാജസ്ഥാൻ) എന്നിവ മറ്റുദാഹരണങ്ങളാണ്.

(c) **ജൈവമണ്ഡലസംരക്ഷണകേന്ദ്രങ്ങൾ** (Biosphere reserves)

1975 ലെ യുനസ്കോയുടെ മനുഷ്യനും ജൈവമണ്ഡലവും (man and biosphere) പ്രോഗ്രാമിലാണ് ജൈവമണ്ഡലസംരക്ഷണകേന്ദ്രം എന്ന

സൈലന്റ്‌വാലി നാഷണൽ പാർക്ക്

ആശയം ഉടലെടുത്തത്. ഒരു വലിയ ഭൂഭാഗം മുഴുവൻ സംരക്ഷിതമേഖലയായി പ്രഖ്യാപിക്കുന്നതാണിത്. മനുഷ്യവാസം അനുവദിക്കുന്നതോടൊപ്പം ആവാസവ്യവസ്ഥകളേയും ജീവികളേയും സംരക്ഷിക്കൽ ഇത് ലക്ഷ്യമിടുന്നു. ഇന്ത്യയിൽ ഇത്തരം 13 റിസർവുകളുണ്ട്. ഇവയ്ക്കകത്തുതന്നെ സാങ്ചറികളും നാഷണൽ പാർക്കുകളും ഉണ്ടാവാറുണ്ട്. ഓരോ ജൈവമണ്ഡലത്തിനകത്തും മൂന്ന് സോണുകളുണ്ടാവും. കോർ സോൺ, ബഫർസോൺ, ട്രാൻസിഷ്യൽസോൺ എന്നിവയാണവ. കോർ ഭാഗത്ത് മനുഷ്യപ്രവർത്തനങ്ങൾ പാടില്ല. അല്ലെങ്കിൽ വളരെ പരിമിതമായേ അനുവദിക്കൂ. ബഫർസോണിൽ ഗവേഷണ പ്രവർത്തനങ്ങൾക്ക് അനുവാദമുണ്ട്. മൂന്നാമത്തെ സോണിൽ സംരക്ഷണപ്രവർത്തനങ്ങളും ജനജീവിതവും ഒന്നിച്ച് നടക്കും. കേരളത്തിലെ അഗസ്ത്യമല ഇത്തരം കേന്ദ്രങ്ങളിലൊന്നാണ്. കേരളം, കർണാടകം, തമിഴ്നാട് ഇവയുടെ ഭാഗങ്ങൾ ചേർന്നാണ് നീലഗിരി റിസർവ്. നന്ദാദേവി, മനാസ്, ഗ്രേറ്റ് നിക്കോബർ, സുന്ദർബൻസ്, ഗൾഫ് ഓഫ് മന്നാർ എന്നിവ മറ്റ് റിസർവുകളാണ്.

(d) **വിശുദ്ധവനങ്ങൾ, കാവുകൾ തുടങ്ങിയവ**

മതവിശ്വാസത്തിന്റെ ഭാഗമായി ചില വനഭാഗങ്ങൾ പ്രാകൃതാവസ്ഥയിൽ തന്നെ സംരക്ഷിക്കാറുണ്ട്. ചുറ്റുപാടും മനുഷ്യവാസമുണ്ടെങ്കിലും ഇവിടങ്ങളിൽ ജന്തുസസ്യജാലങ്ങൾ സുരക്ഷിതരായിരിക്കും. കേരളത്തിൽ ഇത്തരം എണ്ണൂറോളം കാവുകളുണ്ട്. കണ്ണൂർജില്ലയിലെ

പുങ്ങോട്ടുകാവിന് 32 ഏക്കർ വിസ്തൃതിയുണ്ട്. മേഘാലയാ സംസ്ഥാനത്ത് ഏതാനും വനങ്ങൾ മതവിശ്വാസത്തിന്റെ ഭാഗമായി സംരക്ഷിക്കപ്പെടുന്നു. കർണാടകയിലും മഹാരാഷ്ട്രയിലും ചെറിയ സംരക്ഷിതവനങ്ങളുണ്ട്. സിക്കിമിലെ ഖെച്ചിയോപാൽറി (khecheopalri) എന്ന തടാകവും വിശ്വാസികൾ സംരക്ഷിക്കുന്നു.

പ്രോജക്ട് ടൈഗർ

നമ്മുടെ ദേശീയമൃഗമാണ് കടുവ. 1973 ൽ കടുവയെ വംശനാശത്തിൽ നിന്ന് രക്ഷിക്കാൻ ആരംഭിച്ച പദ്ധതിയാണ് പ്രോജക്ട് ടൈഗർ. കേരളത്തിലെ പെരിയാർ കടുവാസങ്കേതം, കർണാടകയിലെ ബന്ദിപൂർ നാഷണൽ പാർക്ക് ഇവയുൾപ്പെടെ 27 കേന്ദ്രങ്ങൾ ഇതിന്റെ പരിധിയിൽ വരുന്നു. എല്ലാ ജീവജാലങ്ങളേയും സംരക്ഷിക്കുകവഴി കടുവകളുടെ അതിജീവനം ഉറപ്പാക്കുകയാണ് ലക്ഷ്യം. ഇതിന്റെ ആരംഭകാലത്ത് പ്രധാനമന്ത്രിയായിരുന്ന ഇന്ദിരാഗാന്ധി കടുവാസംരക്ഷണത്തിൽ പ്രത്യേക താൽപ്പര്യമെടുത്തിരുന്നു.

കഴിഞ്ഞവർഷം നടത്തിയ സെൻസസിൽ ഇന്ത്യയിലാകെയുള്ള കടുവാകളുടെഎണ്ണം 1410 ആണെന്ന് കണ്ടെത്തി. പ്രോജക്ട് ടൈഗർ ആരംഭിച്ച കാലത്തുള്ളതിനേക്കാൾ കുറവാണിത്.

പ്രോജക്ട് എലിഫെന്റ്

കേന്ദ്രപരിസ്ഥിതി മന്ത്രാലയം 1991–92 ആരംഭിച്ച പദ്ധതിയാണിത്. 11 എലിഫെന്റ് റിസർവുകൾ ഇതിൽ ഉൾപ്പെടുന്നു. ആനകൾക്ക് ഏറ്റവും അനുയോജ്യമായ മേഖലകളാണ് ഇതിനായി തെരഞ്ഞെടുത്തത്. നിലമ്പൂർ–സൈലന്റ്വാലി–കോയമ്പത്തൂർ, ആനമല പറമ്പിക്കുളം, പെരിയാർ–മധുര ഈ മേഖലകളിൽ കേരളത്തിലെ വനങ്ങൾ ഉൾപ്പെടുന്നു. ആനയുടെ ആവാസവ്യവസ്ഥകളും സഞ്ചാരമാർഗങ്ങളും സംരക്ഷിക്കുക, ഭക്ഷണം, ജലം ഇവയുടെ ലഭ്യത ഉറപ്പുവരുത്തുക, ആനകൾ കൃഷിയിടങ്ങളിൽ കടക്കാതെ നോക്കുക, ആനവേട്ട തടയുക എന്നിവയാണ് ഈ പദ്ധതിയുടെ ലക്ഷ്യം.

II **ആവാസവ്യവസ്ഥയ്ക്കു പുറത്തുള്ള സംരക്ഷണം** (ex-situ conservation)

ആവാസവ്യവസ്ഥകൾക്ക് പുറത്ത് സംരക്ഷിക്കുന്ന രീതികളിൽ സസ്യോദ്യാനങ്ങൾ, ജീൻബാങ്കുകൾ, ഫീൽഡ് ജീൻ ബാങ്കുകൾ, ബീജ/ അണ്ഡബേങ്കുകൾ എന്നിവ ഉപയോഗപ്പെടുത്തുന്നു. സ്വാഭാവിക ആവാസവ്യവസ്ഥകളിൽ ഒരു സ്പീഷിസിന് നാശം വരാൻ സാധ്യതയുള്ളപ്പോഴും, എണ്ണത്തിൽ വല്ലാത്ത കുറവുവരാൻ തുടങ്ങുമ്പോഴും ഈ രീതികൾ സ്വീകരിക്കാറുണ്ട്. ഇങ്ങനെ വളർത്തിയെടുക്കുന്നവയെ വീണ്ടും സ്വാഭാവിക ആവാസവ്യവസ്ഥകളിൽ വിടുന്ന പതിവുമുണ്ട്.

(a) **സസ്യോദ്യാനങ്ങൾ** (botanical gardens):- ലോകത്തിലാകെ 1500 ഓളം ബൊട്ടാനിക്കൽ ഗാർഡനുകളുണ്ട്. 80,000 ത്തോളം സസ്യ സ്പീഷിസുകൾ ഇവിടങ്ങളിലായി വളർത്തുന്നു. ഒരേ ഗ്രൂപ്പിൽപ്പെട്ട സസ്യങ്ങൾ ഒന്നിച്ചു വളർത്തുന്ന ഉദ്യാനങ്ങളുമുണ്ട്. ആർബോറാറ്റം (വൃക്ഷങ്ങൾ) പാമേറ്റം (പനവർഗങ്ങൾ) ഫേണറി (പന്നച്ചെടികൾ) എന്നിവ വലിയ ഗാർഡനുകളുടെ ഭാഗമായി ഉണ്ടാവാറുണ്ട്. ഏതാണ്ട് 300 ഏക്കർ വിസ്തൃതിയുള്ള ലണ്ടനിലെ ക്യൂഗാർഡനാണ് സസ്യോദ്യാനങ്ങളിൽ ഏറ്റവും പ്രശസ്തം. ഗ്ലാസ് ഹൗസുകളിൽ വ്യത്യസ്ത കാലാവസ്ഥ കൃത്രിമമായി സൃഷ്ടിച്ചാണ് ഇവിടെ സസ്യങ്ങളെ വളർത്തുന്നത്. ഏകദേശം 40,000 സസ്യങ്ങളാണ് ഇങ്ങനെ വളർത്തുന്നത്. 1759 ൽ ആരംഭിച്ച ഇവിടെ ഗവേഷണപ്രവർത്തനങ്ങൾ വിപുലമായി നടക്കുന്നു. അമേരിക്കയിലെ ഹോൽഡൻ ആർബോറാറ്റത്തിന് 220 ഏക്കർ വിസ്തൃതിയുണ്ട്. കൽക്കത്തയിലെ ഇന്ത്യൻ ബൊട്ടാനിക്കൽ ഗാർഡന്റെ വിസ്തൃതി 273 ഏക്കറാണ്. ഇവിടുത്തെ പ്രശസ്തമായ ആൽമരം 1.40 ഹെക്ടുകളിലായി വ്യാപിച്ചുകിടക്കുന്നു. പനകളുടെ 115 സ്പീഷിസുകളും മുളകളുടെ 26 സ്പീഷിസുകളും ഇവിടെ വളർത്തുന്നു. കേരളത്തിലെ ട്രോപ്പിക്കൽ ബൊട്ടാനിക്കൽ ഗാർഡൻ ഏന്റ് റിസർച്ച് ഇൻസ്റ്റിറ്റ്യൂട്ട് (TBGRI)1983 ലാണ് ആരംഭിച്ചത്. തിരുവനന്തപുരത്തെ പാലോട് എന്ന സ്ഥലത്താണ് ഇതുള്ളത്. ഏകദേശം 4000 ത്തോളം സസ്യയിനങ്ങൾ ഇവിടെയുണ്ട്.

(b) **മൃഗശാലകൾ**:- വിവിധ മൃഗശാലകളിലായി 3000 ത്തോളം ജന്തുക്കൾ സംരക്ഷിക്കപ്പെടുന്നു. ഇവയിൽ സസ്തനങ്ങൾ, പക്ഷികൾ, ഉരഗങ്ങൾ, ഉഭയജീവികൾ എന്നിവയുമുണ്ട്. ഇന്ത്യയിൽ പൊതുജനങ്ങൾക്കായി സ്ഥാപിച്ച ആദ്യത്തെ മൃഗശാല മദ്രാസ് മൃഗശാലയാണ്. ഇന്ത്യയിലിന്ന് 300 ഓളം മൃഗശാലകളുണ്ട്. തമിഴ് നാട്ടിലുള്ള മുതല പാർക്കും, പാമ്പുപാർക്കും ടൂറിസ്റ്റ് ആകർഷണകേന്ദ്രങ്ങൾ കൂടിയാണ്.

ലോകത്തിൽ ഇന്ന് രണ്ട് സസ്തനികൾ മൃഗശാലകളിൽ മാത്രമേ അവശേഷിച്ചിട്ടുള്ളൂ. പിയർ ഡേവിഡിന്റെ മാൻ (Pere David's deer) സിമിറ്റർ കൊമ്പുള്ള ഒറിക്സ് (Scimitar horned oryx) എന്നിവയാണ്. ഇവ ഇന്ന് ജീവിച്ചിരിക്കുന്നതിന്റെ ക്രെഡിറ്റ് മൃഗശാലകൾക്കാണ്.

പല മൃഗശാലകളിലും ജന്തുക്കളെ പ്രജനനം നടത്തി അംഗസംഖ്യ വർധിപ്പിക്കാനുള്ള സംവിധാനങ്ങളുണ്ട്. ജന്തുക്കളെ സംരക്ഷിക്കുന്നതിന് പുറമെ അവയെപ്പറ്റി കൂടുതൽ അറിയാനും ജന്തുസംരക്ഷണത്തെപ്പറ്റി സമൂഹത്തിൽ അവബോധം വളർത്താനും മൃഗശാലകൾ സഹായിക്കും. കേരളത്തിൽ തിരുവനന്തപുരത്തും തൃശ്ശൂരും മൃഗശാലകളുണ്ട്. കണ്ണൂരിൽ പാമ്പുപാർക്കും പ്രവർത്തിക്കുന്നു.

(c) **ജീൻ ബാങ്കുകൾ**:– വളരെ താണ താപനിലയിൽ വിത്തുകൾ, ടിഷ്യൂകൾ, ഭ്രൂണങ്ങൾ, ഗാമേറ്റുകൾ ഇവ സൂക്ഷിക്കുകയാണ് ജീൻ ബാങ്കുകളിൽ ചെയ്യുക. ഉണക്കിയ വിത്തുകൾ –4 മുതൽ –20°C വരെ താപനിലയിൽ വളരെക്കാലം സൂക്ഷിക്കാം. മനിലയിലെ IRRI യിൽ (ഇന്റർ നാഷണൽ റൈസ് റിസർച്ച് ഇൻസ്റ്റിറ്റ്യൂട്ട്) നെല്ലിന്റെ വിവിധ ഇനങ്ങളുടെ 86,000 സാമ്പിളുകൾ സൂക്ഷിച്ചിട്ടുണ്ട്. ഇതുപോലെ ചോളത്തിന്റെയും ഗോതമ്പിന്റെയും ശേഖരങ്ങൾ മെക്സിക്കോയിലുണ്ട്.

ടിഷ്യൂകൾച്ചർ രീതിയിൽ വളർത്തിയെടുക്കാൻ പറ്റിയ സസ്യഭാഗങ്ങൾ, മുകുളങ്ങൾ ഇവ മരവിപ്പിച്ച ദ്രവനൈട്രജനിൽ (താപനില –196°C) സൂക്ഷിക്കുന്നു. പരാഗങ്ങളും ഇങ്ങനെ സൂക്ഷിക്കാറുണ്ട്.

ജന്തുക്കളുടെ ബീജങ്ങൾ, അണ്ഡങ്ങൾ ഇവയും താണതാപനിലയിൽ കുറേക്കാലം സൂക്ഷിക്കാം. കന്നുകാലി പ്രജനനത്തിന് ഈ രീതി വ്യാപകമായി ഉപയോഗിക്കുന്നു

ജൈവവൈവിധ്യഹോട്ട് സ്പോട്ടുകൾ

ജൈവവൈവിധ്യത്തിന്റെ കാര്യത്തിൽ രാജ്യങ്ങൾ തമ്മിൽ വലിയ വ്യത്യാസമുണ്ട്. ജൈവവൈവിധ്യം ഏറ്റവും കൂടുതലുള്ള 12 രാജ്യങ്ങളെ മെഗാ ഡൈവേഴ്സിറ്റി രാജ്യങ്ങൾ എന്ന് പറയുന്നു. മെക്സിക്കോ, കൊളംബിയ, ഇക്വഡോർ, പെറു, ബ്രസീൽ, സയർ, മഡഗാസ്കർ, ചൈന, ഇന്ത്യ, മലേഷ്യ, ഇന്തോനേഷ്യ, ആസ്ത്രേലിയ എന്നിവയാണ് ഈ രാജ്യങ്ങൾ. ഇതേപോലെ ജൈവവൈവിധ്യ സംരക്ഷണത്തിന് ഏറ്റവും പ്രാധാന്യം കൊടുക്കേണ്ട 25 ഹോട്ട്സ്പോട്ടുകളെ (Hot spots) ശാസ്ത്രജ്ഞർ രേഖപ്പെടുത്തിയിട്ടുണ്ട്. നോർമൻ മെയേഴ്സ് 1988 ലാണ് ഈ ആശയം മുന്നോട്ടുവെച്ചത്. പ്രാദേശികമായ സ്പീഷിസുകൾ ഇവിടങ്ങളിൽ ഏറ്റവും കൂടുതലാണ്. മാത്രമല്ല ഈ ആവാസമേഖലകൾക്ക് വലിയതോതിൽ പരിസ്ഥിതിപരമായ ഭീഷണിയും നിലനിൽക്കുന്നു. 25 ഹോട്ട്സ്പോട്ടുകളിൽ ഇന്ത്യയിലെ പശ്ചിമഘട്ടനിരകളും ആസാമിലെ ഹിമാലയൻ ഭാഗങ്ങളുമുണ്ട്. പുഷ്പിക്കുന്ന സസ്യങ്ങൾ, ഉരഗങ്ങൾ, ഉഭയജീവികൾ, സസ്തനികൾ, പൂമ്പാറ്റകൾ എന്നീ വിഭാഗങ്ങളിലെ സ്പീഷിസുകളുടെ ആധിക്യമാണ് പശ്ചിമഘട്ടനിരകളെ ശ്രദ്ധേയമാക്കുന്നത്.

ജീവികളും പേറ്റന്റ് നിയമങ്ങളും

ഗാട്ട് ഉടമ്പടിയുടെ ഭാഗമായുള്ള TRIPS (Trade Related Intellectual Property Rights) പ്രകാരം രൂപാന്തരം വരുത്തിയ സസ്യങ്ങളിലും ജന്തുക്കളിലും പേറ്റന്റ് അവകാശം നേടിയെടുക്കാം. ഔഷധങ്ങൾക്കും മറ്റും മുമ്പുണ്ടായിരുന്ന പ്രക്രിയാ പാറ്റന്റ് മാറി ഉൽപ്പന്ന പാറ്റന്റായി. പ്രകൃതിദത്തമായ ജീവികളെ പേറ്റന്റ് ചെയ്യാൻ അനുവാദമില്ലെങ്കിലും ചെറിയ ജനിതകമാറ്റം വരുത്തി പാറ്റന്റ് നേടിയെടുക്കാം. ഇന്ത്യയിലെ ബസുമതി അരി ടെക്സ്മതി എന്ന പേരിൽ അമേരിക്കയിൽ പേറ്റന്റ് നേടി. വേപ്പിൽ നിന്നുണ്ടാക്കുന്ന ചില രാസവസ്തുക്കളും പേറ്റന്റ് നേടിയവയിൽ പെടുന്നു. അവികസിത രാജ്യങ്ങളിലെ ജീൻ സമ്പത്തും നാട്ടറിവുകളും

പാരമ്പര്യഔഷധങ്ങളും വികസിച്ച രാജ്യങ്ങൾ ചൂഷണം ചെയ്യുന്നതിലേക്ക് ഈ നിയമങ്ങൾ നയിക്കും. ഇതിനെ ജൈവകൊള്ള (biopiracy) എന്നാണ് വിശേഷിപ്പിക്കുന്നത്.

ഗാട്ട് ഉടമ്പടിയുടെ തുടർച്ചയായി രൂപം കൊണ്ട WTO (World Trade Organisation) യിൽ ഇന്ത്യ 1995 മുതൽ അംഗമാണ്. TRIPS നിയമങ്ങൾ അനുസരിക്കാൻ ഇന്ത്യക്കും ബാധ്യതയുണ്ട്.